AF080742

ഗ്രീൻ ബുക്സ്

സ്റ്റീഫൻ ഹോക്കിങ് വചനങ്ങൾ

സ്റ്റീഫൻ ഹോക്കിങ്

വിഖ്യാതനായ ബ്രിട്ടീഷ് ഭൗതിക ശാസ്ത്രജ്ഞൻ.
1942 ജനുവരി എട്ടിന് ജനനം.
ലണ്ടനിലെ ഹൈഗേറ്റിലെ ബൈറോൺ ഹൗസ് സ്കൂൾ, ഹാഡിംഗ് ഹർട്ട്ഫോർഡ് ഷെയർ റഡേലൈറ്റ് ഗ്രാമത്തിലെ സ്വതന്ത്രവിദ്യാലയമായ റഡേലൈറ്റ് സ്കൂൾ, സെന്റ് ആൽബൻസ് സ്കൂൾ എന്നിവിടങ്ങളിൽ പഠനം.
ബ്രേക്ക് ത്രൂ ഇനീഷ്യേറ്റീവ് എന്ന അന്യഗ്രഹജീവൻ തേടുന്ന ഗവേഷണ പദ്ധതി ആസൂത്രണം ചെയ്തു.
ആൽബർട്ട് ഐൻസ്റ്റീനിനുശേഷം ഏറ്റവും പ്രഗത്ഭമായ മസ്തിഷ്കത്തിനുടമ എന്ന പേരിന് അർഹമായി.
സൈദ്ധാന്തിക ജ്യോതിശാസ്ത്രമായിരുന്നു മുഖ്യ ഗവേഷണ മേഖല. നാശോന്മുഖമായ നക്ഷത്രങ്ങൾ അഥവാ തമോഗർത്തങ്ങളുടെ പിണ്ഡം, ചാർജ്ജ്, കോണീയ സംവേഗബലം എന്നിവയെക്കുറിച്ചായിരുന്നു അദ്ദേഹത്തിന്റെ തുടർപഠനങ്ങൾ.
ബ്രിട്ടനിലെ കാംബ്രിഡ്ജ് യൂണിവേഴ്സിറ്റിയിലെ പ്രപഞ്ച ശാസ്ത്ര വിഭാഗം ഡയറക്ടറായിരുന്നു.
1966ൽ ഡോക്ടറേറ്റ് നേടിയ സ്റ്റീഫൻ ഹോക്കിങ് ആ വർഷം തന്നെ റോജർ പെൻറോസുമായി ചേർന്ന് സിംഗുലാരിറ്റീസ് ആന്റ് ദ ജ്യോമട്രി ഓഫ് സ്പേസ് ടൈം എന്ന പേരിൽ എഴുതിയ പ്രബന്ധത്തിന് പ്രശസ്തമായ ആദം പ്രൈസ് ലഭിച്ചു.
കാംബ്രിഡ്ജ് യൂണിവേഴ്സിറ്റിയിലെ ഗണിത ശാസ്ത്ര ലൂക്കാച്ചിയൻ പ്രൊഫസർ എന്ന ഉന്നതപദവി മൂന്നു പതിറ്റാണ്ടുകൾ വഹിച്ചു.
A Brief History of Time, Black Holes and Baby Universe and Other Essays, The Universe in a Nutshell തുടങ്ങിയ ശാസ്ത്രഗ്രന്ഥങ്ങളുടെ രചയിതാവ്.

സമാഹരണം

സുരേഷ് എം.ജി.

QUOTATIONS
സ്റ്റീഫൻ ഹോക്കിങ്
വചനങ്ങൾ

സമാഹരണം
സുരേഷ് എം.ജി.

ഗ്രീൻ ബുക്സ്

green books private limited
gb building, civil lane road, ayyanthole,
thrissur- 680 003, kerala, ph: +91 487-2381066, 2381039
website: www. greenbooksindia. com
e-mail: info@greenbooksindia. com

malayalam
stephen hawking vachanangal
general knowledge

compiled by
suresh m.g.

first published april 2018
copyright reserved

cover design : rajesh chalode

branches:
thrissur 0487-2422515
palakkad 0491-2546162
kannur 0497-2763038
thiruvananthapuram 0471-2335301

isbn : 978-93-887331-76-1

---

no part of this publication may be reproduced,
or transmitted in any form or by any means,
without prior written permission of the publisher.

GBPL/1007/2018

സ്റ്റീഫൻ ഹോക്കിങ്
(1942-2018)

സ്റ്റീഫൻ ഹോക്കിങ്ങിന്റെ വാക്കുകളിൽ തന്നെ തുടങ്ങാം. "1942 ജനുവരി എട്ടാം തിയതിയാണെന്റെ ജനനം. ഗലീലിയോ മരിച്ച് കൃത്യം മുന്നൂറ് വർഷങ്ങൾ തികഞ്ഞപ്പോൾ."

വടക്കൻ ലണ്ടൻ നിവാസികളായ ഫ്രാങ്ക് ഹോക്കിങ്, ഇസോബെൽ ഹോക്കിങ് എന്നിവരായിരുന്നു മാതാപിതാക്കൾ. അമ്മ സ്കോട്‌ലണ്ടുകാരിയായിരുന്നു. അച്ഛൻ വൈദ്യശാസ്ത്ര ഗവേഷകനും. അമ്മ, തത്ത്വശാസ്ത്രം, രാഷ്ട്രീയം, സാമ്പത്തിക ശാസ്ത്രം എന്നീ വിഷയങ്ങളിൽ ബിരുദം നേടി ഒരു വൈദ്യ ഗവേഷണ സ്ഥാപനത്തിൽ സെക്രട്ടറിയായി ജോലി ചെയ്തു. ഇരുവരും ഓക്സ്ഫോർഡ് സർവകലാശാലയിലാണ് പഠിച്ചത്. ഇവർക്ക് സ്റ്റീഫനെക്കൂടാതെ മൂന്ന് മക്കൾകൂടിയുണ്ടായിരുന്നു. ഫിലിപ്പ്, മേരി എന്നീ പുത്രിമാരും എഡ്‌വാർഡ് എന്ന പുത്രനും. രണ്ടാംലോകമഹായുദ്ധകാലത്ത്, കുട്ടികളുടെ സുരക്ഷിതത്വം മുൻനിറുത്തി അവർ ഓക്സ്ഫോർഡിലേക്ക് താമസം മാറ്റി.

ഫ്രാങ്ക് ഹോക്കിങ് 1950ൽ നാഷണൽ ഇൻസ്റ്റിറ്റ്യൂട്ട് ഓഫ് മെഡിക്കൽ റിസർച്ച് (National Institute of Medical Research) എന്ന സ്ഥാപനത്തിലെ പാരസൈറ്റോളജി വിഭാഗം തലവനായപ്പോൾ കുടുംബം സെന്റ് ആൽബൻസിലേക്ക് താമസം മാറ്റി. അവിടെയുള്ളവർ ഈ വീട്ടുകാരെ അതിബുദ്ധിശാലികളും ഇത്തിരി കിറുക്കുള്ള സ്വഭാവക്കാരുമാണ് എന്നാണ് ഗണിച്ചിരുന്നത്.

സ്റ്റീഫന്റെ ആദ്യകാല പഠനം, ലണ്ടനിലെ ഹൈഗേറ്റിലുള്ള, ബൈറൻ ഹൗസ് സ്‌കൂളിലായിരുന്നു. സ്‌കൂൾ പഠനകാലത്ത് അത്ര മികച്ച വിദ്യാർത്ഥിയൊന്നുമായിരുന്നില്ല സ്റ്റീഫൻ. ഏതാനും മാസം അദ്ദേഹം സെന്റ് ആൽബൻസ് ഹൈസ്‌കൂൾ ഫോർ ഗേൾസിലും പിന്നെയൊരു വർഷം റാഡ്‌ലറ്റ് സ്‌കൂളിലും പഠിച്ചു. 1952ൽ അദ്ദേഹം സെന്റ് ആൽബൻസ് സ്‌കൂളിൽ ചേർന്നു. ഇവിടെ

നിന്ന് പതിനൊന്നാം ക്ലാസ് പാസ്സായി. ഒരു വർഷം നേരത്തെതന്നെ അദ്ദേഹം പതിനൊന്നാം ക്ലാസ് പഠനം പൂർത്തിയാക്കിയിരുന്നു.

വിദ്യാഭ്യാസത്തിന് ഉന്നതസ്ഥാനം നൽകിയിരുന്ന കുടുംബമായിരുന്നു ഹോക്കിങ് കുടുംബം. അച്ഛൻ സ്റ്റീഫനോട് പ്രശസ്തമായ വെസ്റ്റ്മിനിസ്റ്റർ സ്കൂളിൽ ചേർന്ന് വിദ്യാഭ്യാസം തുടരാൻ ആവശ്യപ്പെട്ടെങ്കിലും സ്കോളർഷിപ്പ് പരീക്ഷാദിവസം സ്റ്റീഫൻ അസുഖബാധിതനായി. പരീക്ഷയ്ക്ക് ഹാജരാകാനായില്ല. സ്കോളർഷിപ്പ് ഇല്ലാതെ അവിടത്തെ സ്കൂൾ ഫീസ് ഈ കുടുംബത്തിനു താങ്ങാനാകുമായിരുന്നില്ല. അതുകൊണ്ട് അദ്ദേഹം സെന്റ് ആൽബൻസിൽ തുടർന്നു. അദ്ദേഹത്തിന്റെ ചുരുങ്ങിയ സൗഹൃദവലയത്തിൽ നിന്നും പുറത്ത് കടക്കാതിരിക്കാൻ ഇക്കാര്യം സഹായിച്ചു എന്നു പറയാം. 1958ൽ ഗണിതാദ്ധ്യാപകന്റെ സഹായത്തോടെ ഈ സംഘം ക്ലോക്കിന്റെ ഭാഗങ്ങൾ ഉപയോഗിച്ച് ഒരു കംപ്യൂട്ടർ നിർമ്മിച്ചു. ക്ലോക്കിന്റെ ഭാഗങ്ങളോടൊപ്പം ഉപയോഗശൂന്യമായ വസ്തുക്കൾ, ടെലിഫോൺ, സ്വിച്ച്ബോർഡ് എന്നിവയാണവർ ഇതിനായി ഉപയോഗിച്ചത്.

സ്കൂളിൽ പഠിക്കുമ്പോൾ കുട്ടികൾ സ്റ്റീഫനെ ഐൻസ്റ്റീൻ എന്നാണ് വിളിച്ചിരുന്നത്. പഠനവിഷയങ്ങളിൽ അത്ര മികച്ച വിദ്യാർത്ഥിയായി അദ്ദേഹം അറിയപ്പെട്ടിരുന്നില്ല.

സർവകലാശാലയിൽ എത്തിയപ്പോൾ സ്കൂൾ ഗണിതാദ്ധ്യാപകന്റെ പ്രഭാവം മൂലമാകണം സ്റ്റീഫൻ ഗണിതം ഐച്ഛികവിഷയമായെടുക്കാനാഗ്രഹിച്ചു. എന്നാൽ അച്ഛന്റെ താത്പര്യം മകൻ വൈദ്യശാസ്ത്രം പഠിക്കണമെന്നായിരുന്നു. ഗണിതത്തിനു സാധ്യത കുറവാണെന്ന കാരണത്താൽ സ്റ്റീഫൻ ഊർജ്ജതന്ത്രവും രസതന്ത്രവും ഐച്ഛികവിഷയമായെടുത്തു.

1959ൽ തന്റെ പതിനേഴാം വയസ്സിൽ, ഓക്സ്ഫോർഡിലെ യൂണിവേഴ്സിറ്റി കോളേജിൽ സ്റ്റീഫൻ സർവകലാശാലാ വിദ്യാഭ്യാസം ആരംഭിച്ചു. ആദ്യത്തെ പതിനെട്ട് മാസം വളരെ മുഷിപ്പനായിരുന്നു എന്ന് അദ്ദേഹം പറയുന്നു. ഏകനായിരുന്നു എന്നും. അക്കാദമികപഠനം വളരെ എളുപ്പമായിരുന്നു എന്ന് രേഖപ്പെടുത്തിയിട്ടുണ്ട്. ഓക്സ്ഫോർഡിൽ ചിലവഴിച്ച മൂന്ന് വർഷത്തിൽ 1000 മണിക്കൂർ താൻ പഠനത്തിനായി ചിലവിട്ടിട്ടുണ്ടാകും എന്നാണ് സ്റ്റീഫൻ കണക്കുകൂട്ടുന്നത്. തുടർപഠനം കാംബ്രിഡ്ജ് സർവകലാശാലയിൽ പ്രപഞ്ചഘടനാശാസ്ത്രത്തിലാകണം (cosmology) എന്ന് അദ്ദേഹം അപ്പോഴേക്കും തീരുമാനിച്ചിരുന്നു. അതിനായി വേണ്ട യോഗ്യത ഒരു ഫസ്റ്റ് ക്ലാസ് ഓണേഴ്സ് ബിരുദമായിരുന്നു. തന്റെ അലസമനോഭാവവും അക്കാദമിക് പുസ്തകങ്ങളോടുള്ള

അഭിവാഞ്ഛയില്ലായ്മയും കാരണം ഈ യോഗ്യത നേടാനാകുമോ എന്ന ഒരു സംശയത്തിലായിരുന്നു സ്റ്റീഫൻ. അവസാന പരീക്ഷയ്ക്ക് സൈദ്ധാന്തിക ഊർജ്ജതന്ത്രത്തിന്റെ ചോദ്യങ്ങൾക്ക് മാത്രമാണ് അദ്ദേഹം ഉത്തരം എഴുതിയത്. പരീക്ഷാഫലം വന്നപ്പോൾ ഒന്നാം ക്ലാസ് ഓണേഴ്സിനുള്ള യോഗ്യതാമാർക്കിൽ കുറച്ച് കുറവ് മാർക്കേ ലഭിച്ചിരുന്നുള്ളൂ. ഇതുമൂലം അവസാനത്തെ വൈവ (viva) പരീക്ഷ പ്രാധാന്യമുള്ളതായി. വൈവയിൽ അദ്ദേഹത്തിന് ആവശ്യത്തിനുള്ള മാർക്ക് ലഭിച്ചു. ഈ പരീക്ഷയിൽ താങ്കളുടെ ഭാവി പദ്ധതികൾ എന്തെന്ന ചോദ്യത്തിന് "എനിക്ക് ഫസ്റ്റ് ക്ലാസ് ലഭിച്ചാൽ ഞാൻ കാംബ്രിഡ്ജിൽ പോകും, അതല്ലെങ്കിൽ ഓക്സ്ഫോർഡിൽ തുടരും. നിങ്ങൾക്കെല്ലാം എന്തായാലും ഞാൻ കാംബ്രിഡ്ജിൽ പോകുന്നതിനോടാകും താത്പര്യം അല്ലേ" എന്ന് അദ്ദേഹം പരീക്ഷയെടുത്തിരുന്ന അദ്ധ്യാപകരോട് ചോദിച്ചു എന്നൊരു കഥയുമുണ്ട്.

1962ൽ ഒക്ടോബർ അദ്ദേഹം കാംബ്രിഡ്ജിലെ ട്രിനിറ്റി ഹോളിലെത്തി. അതിനിടയിൽ ഒരു സുഹൃത്തുമൊത്ത് ഇറാനിലേക്ക് ഒരു യാത്രയും നടത്തിയിരുന്നു.

ആധുനിക പ്രപഞ്ചഘടനാശാസ്ത്രപഠനരംഗത്തിന്റെ സ്ഥാപകന്റെ ഒരാളായ ഡെനിസ് വില്ല്യം സ്കിയാമയായിരുന്നു അദ്ദേഹത്തിന്റെ മാർഗ്ഗദർശി. സ്റ്റീഫൻ പ്രതീക്ഷിച്ചിരുന്നത് ഫ്രെഡ് ഹോയ്ൽ എന്ന പ്രസിദ്ധ ജ്യോതിശാസ്ത്രജ്ഞനെ മാർഗ്ഗദർശിയായി ലഭിക്കും എന്നായിരുന്നു. കാംബ്രിഡ്ജ് കാലം അദ്ദേഹത്തെ കാത്തിരുന്നത് ജീവിതത്തിലെ ഏറ്റവും വലിയ ദുരന്തമായിരുന്നു. ഇക്കാലത്താണ് സ്റ്റീഫൻ രോഗബാധിതനാകുന്നത്. 1963ൽ, അതായത് സ്റ്റീഫന്റെ ഇരുപത്തിയൊന്നാം വയസ്സിൽ. സ്റ്റീഫനെ ബാധിച്ചിരിക്കുന്ന അസുഖം അമ്യോട്രോപിക് ലാറ്ററൽ സ്ക്ലെറോസിസ് (ALS) ആണെന്ന് തിരിച്ചറിഞ്ഞു. മാംസപേശികളെ നിയന്ത്രിക്കുന്ന നാഡീവ്യൂഹത്തിന്റെ പ്രവർത്തനം തകരാറിലാകുന്ന രോഗം. (മോട്ടോർ ന്യൂറോൺ ഡിസീസ് എന്നും വിളിക്കുന്നു.) അങ്ങനെ മാംസപേശികൾ പ്രവർത്തനരഹിതമാകുന്നു. രോഗം തിരിച്ചറിഞ്ഞ ഡോക്ടർമാർ സ്റ്റീഫന് ഇനി രണ്ടര വർഷം കൂടിയേ ജീവിച്ചിരിക്കാനാകുകയുള്ളൂ എന്നു വിധിയെഴുതി.

ഓക്സ്ഫോർഡിൽവച്ചുതന്നെ അദ്ദേഹത്തിൽ ഈ രോഗലക്ഷണങ്ങൾ കണ്ടുതുടങ്ങിയിരുന്നു. പലപ്പോഴും കാൽ തട്ടിത്തടഞ്ഞു വീഴുമായിരുന്നു, സംസാരം സ്പഷ്ടമാകുമായിരുന്നില്ല. എന്നാൽ ഈ ലക്ഷണങ്ങളൊന്നും ആരുമായും അദ്ദേഹം പങ്കുവച്ചില്ല. രോഗം തിരിച്ചറിഞ്ഞതിനു ശേഷം തന്റെ വീടിനെ

രണ്ടാഴ്ചത്തേക്ക് ഒരു ക്ലിനിക്ക് ആയി സ്റ്റീഫൻ രൂപാന്തരപ്പെടുത്തി. പല പരിശോധനകളും നടത്തി.

ALS എന്ന അസുഖത്തിന്റെ ആദ്യകാലഘട്ടത്തിലാണ് സ്റ്റീഫൻ എന്ന് ഡോക്ടർമാർ സ്ഥിരീകരിച്ചപ്പോൾ അത് സ്റ്റീഫനോ വീട്ടു കാർക്കോ താങ്ങാനായില്ല. സ്റ്റീഫൻ വിഷാദത്തിലേക്ക് കൂപ്പു കുത്തുമെന്ന് തോന്നി. എന്നാൽ ഇക്കാലത്ത് സ്റ്റീഫൻ നേരിൽ കണ്ടനുഭവിച്ച ഒന്ന് രണ്ട് കാര്യങ്ങൾ അദ്ദേഹത്തിന്റെ മനോഘട നയെ മാറ്റിമറിച്ചു.

രോഗം തിരിച്ചറിഞ്ഞ് ആശുപത്രിയിലായ സ്റ്റീഫന്റെ അതേ മുറിയിൽ മറ്റൊരാൾ കൂടിയുണ്ടായിരുന്നു. രക്താർബുദം ബാധിച്ച ഒരാൾ. ആ സുഹൃത്തിനെ അപേക്ഷിച്ച് തന്റെ അവസ്ഥ എത്രയോ മെച്ചമാണെന്ന് സ്റ്റീഫൻ തിരിച്ചറിഞ്ഞു. ആശുപത്രിയിൽ നിന്നും വിടുതൽ നേടി വീട്ടിലെത്തിയ അദ്ദേഹം ഒരു സ്വപ്നം കണ്ടു. തന്നെ വധശിക്ഷയ്ക്ക് വിധിച്ചിരിക്കുന്നു എന്നായിരുന്നു ആ സ്വപ്നം. അന്ന് കണ്ണു തുറന്നപ്പോൾ, തനിക്ക് ഇനിയും ഈ ലോക ത്തിൽ ഒരുപാട് കാര്യങ്ങൾ ചെയ്യാനുണ്ട് എന്ന് തിരിച്ചറിഞ്ഞു എന്നാണ് സ്റ്റീഫൻ അതിനെക്കുറിച്ച് പറയുന്നത്.

ഒരു വിധത്തിൽ പറഞ്ഞാൽ സ്റ്റീഫനെ ഇത്രയും പ്രസിദ്ധനായ ശാസ്ത്രജ്ഞനാക്കിയത് ഈ രോഗമായിരുന്നു എന്നും പറയാം. താൻ രോഗബാധിതനാണെന്ന് തിരിച്ചറിയുന്നതിനു മുമ്പ് അദ്ദേഹം പഠനത്തിൽ അത്ര താത്പര്യം കാണിച്ചിരുന്നില്ല. എന്നാൽ രോഗി യാണെന്നറിഞ്ഞപ്പോൾ മുതൽ ശ്രദ്ധ മുഴുവൻ പഠനത്തിലായി.

1969 ആയപ്പോഴേക്കും അദ്ദേഹത്തിന്റെ ജീവിതം ഒരു ചക്ര ക്കസേരയിലേക്ക് മാറി. 1970 ആയപ്പോഴേക്കും സഹായത്തിനാളി ല്ലാതെ ഒന്നും ചെയ്യാനാകില്ലെന്ന അവസ്ഥയായി. അപ്പോഴും അദ്ദേഹത്തിന് ഭക്ഷണം കഴിക്കാനും മെത്തയിൽ നിന്നെഴുന്നേൽ ക്കാനുമാകുമായിരുന്നു. ബാക്കിയെല്ലാത്തിനും സഹായം ആവശ്യ മായി. കൂടാതെ സംസാരവും അവ്യക്തമായി. അടുത്ത് ഇടപഴ കുന്നവർക്കൊഴികെ ആർക്കും അദ്ദേഹം പറയുന്നതെന്താണെന്ന് മനസ്സിലാക്കാനാകാത്ത അവസ്ഥയിലെത്തി. 1985 ആയപ്പോഴേക്കും ശബ്ദം പൂർണ്ണമായും നഷ്ടമായി.

സ്റ്റീഫന്റെ ഈ അവസ്ഥ കാലിഫോർണിയയിലെ ചില കംപ്യൂട്ടർ പ്രോഗ്രാമർമാരെ അലട്ടി. അവർ, സ്റ്റീഫന്റെ തല, കണ്ണ് എന്നിവയുമായി ബന്ധപ്പെടുത്തി, സംസാരം, വാക്കുകൾ, പുറത്ത് വരുത്തുന്ന ഒരു പ്രോഗ്രാം തയ്യാറാക്കി. ഇത് വഴി കംപ്യൂട്ടർ സ്ക്രീനിൽ കാണുന്ന വാക്കുകൾ അദ്ദേഹത്തിന് തിരഞ്ഞെടു ക്കാൻ സാധിച്ചു. തിരഞ്ഞെടുത്ത ഈ വാക്കുകൾ ഒരു സ്പീച്ച്

സിന്തസൈസർ യന്ത്രത്തിലേക്ക് തിരിച്ചു വിടും. ഇത് പരിചയപ്പെടുത്തിയ കാലത്ത് അദ്ദേഹത്തിന് വിരലുകൾ ഉപയോഗിച്ച് വാക്കുകൾ തിരഞ്ഞെടുക്കേണ്ടതുണ്ടായിരുന്നു. അതിനുശേഷം കവിളിലെ മാംസപേശികളുടെ നിയന്ത്രണത്തിലൂടെ ഒരു സെൻസർ വഴി വാക്കുകൾ തിരഞ്ഞെടുക്കലായി. അപ്പോഴേക്കും ശരീരത്തിലെ മാംസപേശികളിൽ മിക്കതിന്റേയും നിയന്ത്രണം നഷ്ടമായിട്ടുണ്ടായിരുന്നു.

യന്ത്രത്തിന്റേയും സഹായികളുടേയും പിന്തുണയോടെ സ്റ്റീഫൻ എഴുത്തും പ്രഭാഷണവും തുടർന്നു. ഇതിൽ ശാസ്ത്ര വിഷയങ്ങൾ മാത്രമല്ല, പൊതുജനങ്ങൾക്കുള്ള വിഷയങ്ങളും ഉൾപ്പെട്ടിരുന്നു.

രോഗം തിരിച്ചറിയപ്പെടുന്നതിനു തൊട്ടുമുമ്പ്, 1963ലെ പുതുവർഷാഘോഷങ്ങൾക്കിടയിൽ വച്ച് സ്റ്റീഫൻ, ജെയ്ൻ വൈൽഡ് എന്ന പെൺകുട്ടിയെ കണ്ടുമുട്ടി. സ്റ്റീഫന് ALS എന്ന അസുഖമുണ്ടെന്നറിഞ്ഞിട്ടും പ്രണയത്തിൽ നിന്നും ജെയ്ൻ വൈൽഡ് പിന്മാറിയില്ല. അവർ 1965ൽ വിവാഹിതരായി. 1967ൽ ആദ്യ കുഞ്ഞ് പിറന്നു, റോബർട്ട്. പിന്നെ 1970ൽ ലൂസിയും 1979ൽ തിമോത്തിയും പിറന്നു.

1990ൽ സ്റ്റീഫന് തന്റെ ഒരു നഴ്സ് ആയ എലൈൻ മേയ്സണിനോട് പ്രണയം തോന്നി. 1995ൽ ജെയ്നിനെ ഉപേക്ഷിച്ച്, എലൈനെ വിവാഹം കഴിച്ചു. ഇത് മക്കളുമായുള്ള ബന്ധം ഉലയ്ക്കുന്നതിനു കാരണമായി. എലൈൻ, അച്ഛനെ തങ്ങളിൽ നിന്നും അകറ്റി നിർത്തുന്നു എന്നവർ ആരോപിച്ചു. സ്റ്റീഫനെ പരിചരിച്ചിരുന്ന മറ്റ് നഴ്സുമാർ 2003ൽ എലൈന്റെ പ്രവർത്തനങ്ങളെപ്പറ്റി ആശങ്കപ്പെടുകയും പൊലീസിൽ പരാതി നൽകുകയുമുണ്ടായി. സ്റ്റീഫനെ എലൈൻ ശാരീരികമായി പീഡിപ്പിക്കുന്നു എന്നായിരുന്നു ആരോപണം. സ്റ്റീഫൻ ഈ ആരോപണം നിഷേധിച്ചു. പൊലീസ് അന്വേഷണം അവസാനിപ്പിച്ചു. 2006ൽ സ്റ്റീഫൻ എലൈനുമായുള്ള ബന്ധം വേർപെടുത്താൻ തീരുമാനിച്ചു. എന്നാൽ പിന്നീട് അവർ വീണ്ടും വിവാഹിതരായി. അതിനു ശേഷം ഇരുവരും ചേർന്ന് അഞ്ച് പുസ്തകങ്ങൾ പ്രസിദ്ധീകരിച്ചു. കുട്ടികൾക്കായുള്ള, ശാസ്ത്രവിഷയമുള്ള നോവലുകളായിരുന്നു ഇവ.

റോജർ പെൻറോസും സ്റ്റീഫനും കൂടി ആൽബർട്ട് ഐൻസ്റ്റീനിന്റെ ആപേക്ഷികാസിദ്ധാന്തത്തിന് പുതിയ വിശദീകരണം നൽകി. ഇരുവരും ചേർന്ന് പ്രപഞ്ചത്തിന്റെ ഉത്പത്തിയെക്കുറിച്ചും സിദ്ധാന്തങ്ങൾ ആവിഷ്കരിക്കുകയുണ്ടായി. തമോഗർത്തങ്ങളെക്കുറിച്ച് സ്റ്റീഫൻ നടത്തിയ പഠനങ്ങൾ ശ്രദ്ധേയങ്ങളാണ്. ഗുരുത്വാകർഷണബലമുള്ള തമോഗർത്തങ്ങൾ (നാശോന്മുഖമായ

നക്ഷത്രങ്ങൾ) ചില വികിരണങ്ങൾ പുറത്ത് വിടുന്നുണ്ടെന്ന് അദ്ദേഹം തെളിയിച്ചു.

1974ൽ സ്റ്റീഫൻ റോയൽ സൊസൈറ്റിയിൽ അംഗമായി. 1979 മുതൽ കാംബ്രിഡ്ജ് സർവകലാശാലയിൽ അപ്ലൈഡ് മാത്തമാറ്റിക്സ് ആൻഡ് ഫിസിക്സ് പ്രൊഫസറായി സേവനമനുഷ്ഠിച്ചു. ഐസക്ന്യൂട്ടൻ വഹിച്ച പദവിയായിരുന്നു ഇത്. ഇക്കാലത്താണ് സ്റ്റീഫൻ ഹോക്കിങ്ങ് 'തിയറി ഓഫ് എവരിതിങ്' എന്ന പ്രപഞ്ചോത്പത്തിയെക്കുറിച്ചുള്ള സമഗ്രസിദ്ധാന്തം ആവിഷ്കരിക്കുന്നത്. 2004ൽ, ഡബ്ലിൻ രാജ്യാന്തരഗുരുത്വാകർഷണ-പ്രപഞ്ചശാസ്ത്ര സമ്മേളനത്തിൽ വച്ച് തമോഗർത്തങ്ങളെക്കുറിച്ച് അതുവരേക്കും അദ്ദേഹം വിശ്വസിച്ചിരുന്നതെല്ലാം തിരുത്തുന്നു എന്ന് പ്രഖ്യാപിച്ചു. പുതിയ സിദ്ധാന്തം അവതരിപ്പിച്ചു. അതിനു ശേഷമാണദ്ദേഹം ബ്ലാക്ക്ഹോൾ എന്നൊന്നില്ലെന്നും ഗ്രേ ഹോൾ ആണുള്ളതെന്നും പറഞ്ഞ് വീണ്ടും ശാസ്ത്രലോകത്തെ അമ്പരപ്പിക്കുന്നത്. ഇതിനോടൊപ്പം അന്യഗ്രഹങ്ങളിൽ ജീവനുണ്ടോ എന്നന്വേഷിക്കുന്ന ഗവേഷണ പദ്ധതിയും ആവിഷ്കരിക്കുകയുണ്ടായി. 'ബ്രേക്ക് ത്രൂ ഇനിഷ്യേറ്റീവ്' (Breakthrough initiative) എന്നാണദ്ദേഹം ഇതിന് നാമകരണം ചെയ്തത്.

രാഷ്ട്രീയമായും സാമൂഹികമായും പാരിസ്ഥിതികമായും ആകെ കുഴഞ്ഞ് കിടക്കുന്ന ഈ ലോകത്തിൽ മനുഷ്യവംശം ഇനിയൊരു നൂറുവർഷം തികയ്ക്കുമോ എന്ന അദ്ദേഹത്തിന്റെ ചോദ്യം ലോകത്തിന്റെ നാനാഭാഗങ്ങളിലും വലിയ ചർച്ചയായി. ഒരു ന്യൂക്ലിയർ യുദ്ധം, ജനിതക മാറ്റം വരുത്തിയ മനുഷ്യരാൽ സൃഷ്ടിക്കപ്പെട്ട വൈറസ് ആക്രമണം, ആഗോളതാപനം, ഇതുവരേക്കും ചിന്തിച്ചിട്ടില്ലാത്ത മറ്റ് അപകടങ്ങൾ എന്നിവ എന്നും നമ്മെ എന്നും കാത്തിരിക്കുന്നു എന്നദ്ദേഹം പറയുകയുണ്ടായി. ഇങ്ങനെയൊന്നുണ്ടായാൽ, ക്ഷണനേരം കൊണ്ട് മനുഷ്യകുലം മാത്രമല്ല, ഈ ലോകത്തിലെ ജീവനുകളെല്ലാം നശിച്ചുപോകും എന്നദ്ദേഹം മുന്നറിയിപ്പ് നൽകി.

ഈ പ്രപഞ്ചത്തിൽ അന്യഗ്രഹജീവികൾ ഉണ്ടാകുക സാധ്യമാണെന്നും അദ്ദേഹം പലവട്ടം അഭിപ്രായപ്പെട്ടിരുന്നു. എന്നാൽ അവയുമായി നമ്മൾ സമ്പർക്കത്തിലാകരുത്. അവർ ഭൂമിയിൽ, നമ്മുടെ സ്രോതസ്സുകളെ ആക്രമിക്കും. കൊളംബസ് അമേരിക്കയിലെത്തിയതുപോലെയാകും അന്യഗ്രഹജീവികൾ ഇവിടെയെത്തിയാൽ എന്നദ്ദേഹം മുന്നറിയിപ്പ് നൽകി. (പിന്നെ പ്രാദേശികർക്ക് അവിടെ സ്ഥാനമില്ലാതാകും എന്ന് വ്യംഗ്യം.)

ഈ ലോകം ശാസ്ത്രനിയമങ്ങളാൽ നിയന്ത്രിതമാണെന്നും അതുകൊണ്ടുതന്നെ സാധാരണ ജനങ്ങൾ കരുതുന്ന അർത്ഥത്തിൽ തനിക്കൊരു മതവിശ്വാസിയാകാനാകില്ലെന്നും സ്റ്റീഫൻ പറയുകയുണ്ടായി. ദൈവം, മതം, വിശ്വാസം എന്നിവയെക്കുറിച്ചുള്ള അദ്ദേഹത്തിന്റെ പല വാക്യങ്ങളും പലയിടത്തും ഉപയോഗിക്കപ്പെട്ടിട്ടുണ്ട്. 2011ൽ, തത്ത്വശാസ്ത്രം എന്നേ മരിച്ചുപോയി എന്നും അദ്ദേഹം പ്രസ്താവിക്കുകയുണ്ടായി.

രാഷ്ട്രീയത്തെക്കുറിച്ചും തന്റെ പ്രസംഗങ്ങളിൽ പരാമർശിക്കാറുണ്ടായിരുന്നു. ലേബർ പാർട്ടിയെ പിന്തുണച്ച അദ്ദേഹം, ഇറാക്ക് ആക്രമണത്തെ കുറ്റമായി കരുതി. ന്യൂക്ലിയർ ആയുധങ്ങൾ നിരോധിക്കണം എന്ന അഭിപ്രായപ്പെട്ടു. സ്റ്റെം സെൽ (വിത്ത്കോശം) ഗവേഷണത്തെ പിന്തുണച്ചു. കാലാവസ്ഥ വ്യതിയാനം തടയാനുള്ള പ്രവർത്തനങ്ങളുമായി കൈകോർത്തു. യുണൈറ്റഡ് കിംഗ്ഡത്തിന്റെ ഭാഗമായി സ്കോട്ട്ലണ്ട് നിലനിൽക്കണമെന്നാഗ്രഹിച്ചു. ബ്രെക്സിറ്റിനെ എതിർത്തു. സ്വകാര്യവത്കരണത്തെ ഭയന്നു.

“കാലത്തിന്റെ സംക്ഷിപ്തചരിത്രം” (A Brief History of Time) എന്ന അദ്ദേഹത്തിന്റെ ഗ്രന്ഥം ജനപ്രിയമായി. കൂടാതെ, Black Holes and Baby Universes and Other Essays; The Universe in a Nutshell; On the Shoulders of Giants; God Created the Integers; The Dreams that Stuff is Made Of; My Brief History എന്നീ പുസ്തകങ്ങളും മറ്റുള്ളവരുമായി ചേർന്ന് അനേകം പുസ്തകങ്ങളും അദ്ദേഹം രചിച്ചിട്ടുണ്ട്.

2018 മാർച്ച് പതിന്നാലാം തിയതി, കാംബ്രിഡ്ജിലെ വസതിയിൽ വച്ച് സ്റ്റീഫൻ ഹോക്കിങ് അന്തരിച്ചു. ■

ശാസ്ത്രം

A few years ago, the city council of Monza,
Italy, barred pet owners from keeping
goldfish incurved bowls...
saying that it is cruel to keep a fish
in a bowl with curved sides because,
gazing out, the fish would have a distorted
view of reality. But how do we know we have
the true, undistorted picture of reality?

ഇറ്റലിയിലെ മോൺസ പട്ടണാധികാരികൾ
ഏതാനും വർഷങ്ങൾക്ക് മുമ്പ്,
വളവുള്ള പാത്രങ്ങളിൽ സ്വർണ്ണമത്സ്യത്തെ
വളർത്തുന്നത് നിരോധിക്കുകയുണ്ടായി.
അപ്രകാരം മത്സ്യത്തെ വളർത്തുന്നത്
ക്രൂരമാണെന്ന് അവർ പറഞ്ഞു.
കാരണം പുറത്തേക്ക് നോക്കുന്ന മത്സ്യത്തിന്
സത്യത്തിന്റെ വികൃതമായ മുഖമാണ്
കാണുവാൻ കഴിയുക. എന്നാൽ, സത്യത്തിന്റെ
വക്രമല്ലാത്ത രൂപമാണ് നമ്മൾ കാണുന്നത്
എന്ന് നമുക്കെങ്ങനെയാണ് ഉറപ്പിക്കാനാകുക?

സ്റ്റീഫൻ ഹോക്കിങ് വചനങ്ങൾ

A zero gravity flight is a first step towards space travel.

ശൂന്യാകാശയാത്രയുടെ ആദ്യപടിയാണ് ഗുരുത്വാകർഷണമില്ലാത്ത വിമാനം.

According to 'M' theory
ours is not the only universe.
Instead, 'M' theory predicts that a great
many universes were created out of nothing.

'എം' സിദ്ധാന്തമനുസരിച്ച്
നമ്മുടേതല്ലാതെയും ഒരു ബ്രഹ്മാണ്ഡമുണ്ട്.
ശൂന്യതയിൽനിന്നും അനേകം
ബ്രഹ്മാണ്ഡങ്ങൾ സൃഷ്ടമാകുകയുണ്ടായി
എന്ന് 'എം' സിദ്ധാന്തം പ്രവചിക്കുന്നു.

Although almost every theoretical
physicist agrees with my prediction
that a black hole should glow like a hot body,
it would be very difficult to verify
experimentally because the temperature
of a macroscopic black hole is so low.

തമോഗർത്തം ചൂടുപിടിച്ച വസ്തുപോലെ തിളങ്ങിക്കൊണ്ടിരിക്കും എന്ന സിദ്ധാന്തത്തിനോട് മിക്ക ഊർജ്ജസൈദ്ധാന്തികരും യോജിക്കുന്നുണ്ടെങ്കിലും അത് ഒരു പരീക്ഷണം വഴി ഉറപ്പിക്കുക വിഷമകരമാണ്. കാണാൻ പറ്റാവുന്ന തമോഗർത്തത്തിലെ താപനില വളരെ താഴ്ന്നതായിരിക്കും എന്നതാണ് കാരണം.

Among physicists,
I'm respected I hope.

ഊർജ്ജതന്ത്രജ്ഞന്മാരിൽ
ബഹുമാനിക്കപ്പെടുന്ന ഒരുവനാണ്
ഞാൻ എന്ന് പ്രതീക്ഷിക്കുന്നു.

As a child,
I wanted to know how things
worked and to control them.
With a friend, I built a number of
complicated models that I could control.

പലതും എങ്ങനെയാണ് പ്രവർത്തിക്കുക
എങ്ങനെയാണ് അവയെ നിയന്ത്രിക്കുക
എന്നൊക്കെ അറിയാൻ കുട്ടിക്കാലത്തുതന്നെ
എനിക്കാഗ്രഹമുണ്ടായിരുന്നു.
പല സങ്കീർണ്ണമാതൃകകളും ഒരു
സുഹൃത്തിനോടൊപ്പം ചേർന്ന്
കുട്ടിക്കാലത്തുതന്നെ ഞാനുണ്ടാക്കിയിരുന്നു.

സ്റ്റീഫൻ ഹോക്കിങ് വചനങ്ങൾ

As Irving Good realised in 1965,
machines with superhuman intelligence
could repeatedly improve their design.
Even further, triggering what
Vernor Vinge called a 'singularity.'

1965ൽ ഐർവിങ്ങ് ഗുഡ് തിരിച്ചറിഞ്ഞതു
പോലെ, അമാനുഷിക ബുദ്ധിവൈഭവമുള്ള
യന്ത്രങ്ങൾക്ക് അവയുടെ സ്വന്തം
രൂപഘടന നിരന്തരം മെച്ചപ്പെടുത്താനാകും.
വെർണർ വിഞ്ജ് പിന്നീട് 'ഏകത്വം' എന്ന്
വിളിച്ചതിനു തുടക്കമിടാൻ ഇത് കാരണമായി.

Because there is a law such as gravity,
the universe can and will create itself from nothing.

ഗുരുത്വാകർഷണം എന്നൊരു നിയമമുള്ളതിനാൽ,
ഈ പ്രപഞ്ചത്തിന് ശൂന്യതയിൽ നിന്ന്
വീണ്ടും സ്രഷ്ടമാകാൻ കഴിയും,
അത് സംഭവ്യമാകുകയും ചെയ്യും.

സ്റ്റീഫൻ ഹോക്കിങ് വചനങ്ങൾ

As scientists, we step on the shoulders of science, building on the work that has come before us - aiming to inspire a new generation of young scientists to continue once we are gone.

ശാസ്ത്രജ്ഞരായ നമ്മൾ ശാസ്ത്രത്തിന്റെ ചുമലിൽ കയറി നിൽക്കുന്നു. എന്നിട്ട് നമുക്ക് പിമ്പേ വന്നവർ ചെയ്ത പ്രവർത്തികളെ വിപുലപ്പെടുത്തുന്നു. നമ്മൾ ഇവിടെ നിന്ന് പോയാൽ അടുത്ത് വരുന്ന യുവശാസ്ത്രജ്ഞർക്ക് അതൊരു പ്രചോദനമാകും എന്ന ലക്ഷ്യത്തോടെയാണിങ്ങനെ ചെയ്യുന്നത്.

Before we understand science, it is natural to believe that God created the universe.

നമ്മൾ ശാസ്ത്രത്തെ അറിയുന്നതിനു മുമ്പ് ഈ ബ്രഹ്മാണ്ഡം സൃഷ്ടിച്ചത് ദൈവമാണെന്ന് വിശ്വസിക്കുന്നത് സ്വാഭാവികമാണ്.

സ്റ്റീഫൻ ഹോക്കിങ് വചനങ്ങൾ

Before 1915, space and time were
thought of as a fixed arena in which events
took place, but which was not affected
by what happened in it. Space and time
are now dynamic quantities.
space and time not only affect
but also affected by everything
that happens in the universe.

1965നു മുമ്പ്, കാലം, സ്ഥലം എന്നിവ
സ്ഥായിയായുള്ളവയാണെന്നായിരുന്നു ധാരണ.
അങ്ങനെ സ്ഥായിയായുള്ളിടത്താണ്
എല്ലാം സംഭവിക്കുന്നത്.
അതിനകത്ത് എന്ത് സംഭവിക്കുന്നുവോ
അത് ഇത് രണ്ടിനേയും ബാധിക്കുന്നില്ല എന്ന്.
എന്നാൽ ഇന്ന് കാലം, വ്യാപ്തി എന്നിവ
ചലനാത്മകമായ അളവുകളാണ്.
കാലം, സ്ഥലം എന്നിവ മറ്റുള്ളവയെ
ബാധിക്കുക മാത്രമല്ല, വിശ്വത്തിൽ
സംഭവിക്കുന്നതിന്റെയെല്ലാം പ്രഭാവം
അവയിലുമുണ്ടാകുന്നു.

സ്റ്റീഫൻ ഹോക്കിങ് വചനങ്ങൾ

Before I lost my voice, it was slurred,
so only those close to me could understand,
but with the computer voice,
I found I could give popular lectures.
I enjoy communicating science.
It is important that the public understands
basic science, if they are not to leave
vital decisions to others.

എനിക്കെന്റെ സ്വരം നഷ്ടമാകുന്നതിനു മുമ്പ്, അത് അസ്പഷ്ടമായി. എന്നോടടുപ്പമുള്ളവർക്ക്, എനിക്കടുത്തുള്ളവർക്ക് മാത്രമേ ഞാൻ പറയുന്നത് കേൾക്കാനാകൂ എന്നായി. എന്നാൽ കംപ്യൂട്ടർശബ്ദത്തിന്റെ സഹായത്തോടെ ജനകീയമായ പ്രഭാഷണങ്ങൾ നൽകാൻ എനിക്ക് സാധിച്ചു. ശാസ്ത്രത്തെക്കുറിച്ച് സംസാരിക്കാൻ എനിക്കിഷ്ടമാണ്. പൊതുജനം പ്രധാനപ്പെട്ട തീരുമാനങ്ങൾ മറ്റുള്ളവരെ ഏല്പിക്കുന്നതിനു മുമ്പ്, അടിസ്ഥാനശാസ്ത്രം എന്താണെന്ന് അവർ അറിഞ്ഞിരിക്കണം എന്നതിനു വളരെ പ്രാധാന്യമുണ്ട്.

സ്റ്റീഫൻ ഹോക്കിങ് വചനങ്ങൾ

Cambridge is one of the
best universities in the world,
especially in my field.

ഈ ലോകത്തിലെ ഏറ്റവും നല്ല
സർവകലാശാലകളിൽ ഒന്നാണ് കാംബ്രിഡ്ജ്.
പ്രത്യേകിച്ചും ഞാൻ പ്രവർത്തിക്കുന്ന
വിഷയത്തിൽ.

Computers double
their performance every month.

ഓരോ മാസവും കംപ്യൂട്ടർ
അവയുടെ പ്രവർത്തനക്ഷമത
ഇരട്ടിയാക്കുന്നു.

സ്റ്റീഫൻ ഹോക്കിങ് വചനങ്ങൾ

Cosmology is a rapidly advancing field.

പ്രപഞ്ചശാസ്ത്രം എന്നത് ദ്രുതഗതിയിൽ മുന്നോട്ട് കുതിക്കുന്ന ഒരു മേഖലമാണ്.

Even if there is only one
possible unified theory,
it is just a set of rules and equations.
What is it that breathes fire
into the equations and makes
a universe for them to describe?

സാധ്യമായ, ഏകീകരിച്ച
ഒരൊറ്റ സിദ്ധാന്തമേയുള്ളൂ എങ്കിലും
അത് ഒരു പറ്റം നിയമങ്ങളും
സമവാക്യങ്ങളും മാത്രമാണ്.
ആ സമവാക്യങ്ങളിലെ തീപ്പൊരികൾ
ഊതിപ്പിടിപ്പിക്കുന്നതുകൊണ്ടുമാത്രം
വിശ്വപ്രകൃതിയെ എങ്ങനെയാണ്
വിശദീകരിക്കാൻ കഴിയുക?

സ്റ്റീഫൻ ഹോക്കിങ് വചനങ്ങൾ

Earth might one day soon
resemble the planet Venus.

ഭൂമി ഒരു ദിവസം
ശുക്രഗ്രഹത്തിനു സമാനമാകും.

Evolution has ensured that our brains
just aren't equipped to visualise
11 dimensions directly. However, from a
purely mathematical point of view
it's just as easy to think in 11 dimensions,
as it is to think in three or four.

നമ്മുടെ ബുദ്ധിക്ക് 11 മാനങ്ങൾ
ഭാവനയിൽ കാണാൻ സാധ്യമല്ല.
എങ്കിലും ഗണിതത്തിന്റെ കോണിൽനിന്ന്
ചിന്തിച്ചാൽ ഈ 11 മാനങ്ങൾ
മൂന്നോ നാലോ എണ്ണം
ഒന്നിച്ച് ചിന്തിച്ചാൽ എളുപ്പമാണ്.

സ്റ്റീഫൻ ഹോക്കിങ് വചനങ്ങൾ

Even if it turns out that time
travel is impossible,
it is important that
we understand why it is impossible.

പ്രകാശവേഗചലനത്തിന്റെ
കാലവും സമയവും
മനുഷ്യന്റെ സഞ്ചാരപഥങ്ങൾക്ക്
അസാദ്ധ്യമാണെങ്കിൽ എന്തുകൊണ്ട്
അത് അസാദ്ധ്യമാകുന്നു എന്നുകൂടി
നമ്മൾ അറിഞ്ഞിരിക്കേണ്ടത്
അത്യാവശ്യമാണ്.

God may exist,
but science can explain the universe
without the need for a creator.

ദൈവമുണ്ടാകാം,
എന്നാൽ ഒരു സ്രഷ്ടാവിന്റെ
ആവശ്യമില്ലാതെതന്നെ
ശാസ്ത്രത്തിന് ഈ ബ്രഹ്മാണ്ഡത്തെ
വിശദീകരിക്കാനാകും.

സ്റ്റീഫൻ ഹോക്കിങ് വചനങ്ങൾ

For millions of years, mankind lived just like the animals. Then something happened which unleashed the power of our imagination. We learned to talk and we learned to listen. Speech has allowed the communication of ideas, enabling human beings to work together to build the impossible. Mankind's greatest achievements have come about by talking, and its greatest failures by not talking. It doesn't have to be like this. Our greatest hopes could become reality in the future. With the technology at our disposal, the possibilities are unbounded. All we need to do is make sure we keep talking.

അനേകദശലക്ഷം വർഷം മനുഷ്യർ മൃഗങ്ങളെപ്പോലെ ജീവിച്ചു. പിന്നെ ചിന്തിക്കുക എന്ന ശക്തിയെ വെളിപ്പെടുത്തുന്ന എന്തോ ഒന്ന് സംഭവിച്ചു. നമ്മൾ സംസാരിക്കാനും മറ്റുള്ളവർ പറയുന്നത് ശ്രദ്ധിക്കാനും പഠിച്ചു. സംസാരിക്കുക എന്നത് ആശയങ്ങൾ സംവദിക്കാൻ ഉപകാരപ്രദമായി. അത് സംഘം ചേർന്ന് പ്രവർത്തിക്കുന്നതിനും അസാധ്യമായതിനെ കെട്ടിപ്പടുക്കുന്നതിനും സഹായിച്ചു. ഭാഷ വഴിയാണ് മനുഷ്യകുലത്തിലെ ഏറ്റവും വലിയ നേട്ടങ്ങൾ കൈവരിക്കപ്പെട്ടിട്ടുള്ളത്. സംവദിക്കാതിരിക്കുക എന്നതാണേറ്റവും വലിയ പരാജയം. അങ്ങനെ ചെയ്യേണ്ട യാതൊരു കാര്യവുമില്ല. നമ്മുടെ വലിയ പ്രതീക്ഷകൾ നാളെ സത്യമായി ഭവിച്ചേക്കാം. സാങ്കേതികവിദ്യ നമുക്കൊപ്പമുള്ളപ്പോൾ സാധ്യതകൾക്ക് അതിരുകളില്ല. നമ്മൾ സംവാദാത്മകമായിരുന്നാലേ ഈ സാധ്യതകൾക്ക് വികാസം കൈവരിക്കാനാവുകയുള്ളൂ.

For years, my early work with
Roger Penrose seemed to be a disaster
for science. It showed that the universe
must have begun with a singularity,
if Einstein's general theory of relativity
is correct. That appeared to indicate
that science could not predict
how the universe would begin.

റോജർ പെൻറോസുമൊത്തുള്ള
എന്റെ ജോലികൾ ശാസ്ത്രരംഗത്ത്,
വലിയ അത്യാഹിതമാണെന്ന്
വർഷങ്ങളോളം ഒരു തോന്നലുണ്ടായിരുന്നു.
ഐൻസ്റ്റീനിന്റെ ആപേക്ഷികസിദ്ധാന്തം
ശരിയെങ്കിൽ, ഈ ബ്രഹ്മാണ്ഡം തുടങ്ങിയത്
ഏകത്വത്തിൽ നിന്നാകണം എന്നാണ്
ഞങ്ങളുടെ പഠനങ്ങൾ ചൂണ്ടിക്കാണിച്ചത്.
ഈ പ്രപഞ്ചത്തിന്റെ തുടക്കം
എങ്ങനെയുണ്ടായി എന്ന് ശാസ്ത്രത്തിന്
പ്രവചിക്കുവാനാകില്ല എന്ന തോന്നലാണ്
ഈ സൂചകം (പൊതുഇടങ്ങളിൽ)
ഉണ്ടാക്കിതീർത്തത്.

God is the name people give to the reason
we are here. But I think that reason is the
laws of physics rather than someone
with whom one can have a personal relationship.
An impersonal God.

നമ്മുടെ ഉദ്ഭവത്തിന്റെ കാരണത്തിനു
ജനം വിളിക്കുന്ന പേരാണ് ദൈവം.
എന്നാൽ ഊർജ്ജതന്ത്രനിയമങ്ങളാണ്
നമ്മുടെ ഉദ്ഭവത്തിന്റെ കാരണം
എന്ന് ഞാൻ വിശ്വസിക്കുന്നു.
അല്ലാതെ നമുക്ക് വ്യക്തിപരമായി ബന്ധമുള്ള
ഒന്നല്ല അത്. ഒരു അമൂർത്തമായ ദൈവം.

God not only plays dice, but also sometimes
throws them where they cannot be seen.

ദൈവം പകിട കളിക്കുക മാത്രമല്ല ചെയ്യുന്നത്,
ചിലപ്പോൾ ആർക്കും കാണാനാകാത്തിടത്തേക്ക്
വലിച്ചെറിയപ്പെടുകയും ചെയ്യും.

I am in touch with a company that
hopes to replicate my voice.
However, they are not replicating
my original voice - if they did that,
I would sound like a man in his 20s,
which would be very strange!
They are actually trying to replicate the
synthesizer that sits on my wheelchair.

എന്റെ സ്വരത്തിന്റെ തനിപ്പകർപ്പുണ്ടാക്കാമെന്ന് പ്രതീക്ഷിക്കുന്ന ഒരു സ്ഥാപനവുമായുള്ള ചർച്ചയിലാണ് ഞാൻ. എന്നാൽ അവർ, എന്റെ മൂലസ്വരത്തിന്റെ തനിപ്പകർപ്പല്ല ഉണ്ടാക്കുന്നത്. അങ്ങനെ അവർ ചെയ്താൽ ഞാനൊരു ഇരുപതുകാരനാണെന്ന് തോന്നും. അത് വിചിത്രമാകും! എന്റെ വീൽചെയറിൽ ഘടിപ്പിച്ചിരിക്കുന്ന സിന്തസൈസറിന്റെ തനിപ്പകർപ്പുണ്ടാക്കാനാണവരുടെ ശ്രമം.

സ്റ്റീഫൻ ഹോക്കിങ് വചനങ്ങൾ

I believe the simplest explanation is
there is no God. No one created
the universe and no one directs our fate.
This leads me to a profound realisation
that there probably is no heaven
and no afterlife either.
We have this one life to appreciate
the grand design of the universe and for that.

ഏറ്റവും ലളിതമായ വിശദീകരണം, ദൈവം എന്നൊന്നില്ല എന്നതാണെന്ന് ഞാൻ വിശ്വസിക്കുന്നു. ഈ ബ്രഹ്മാണ്ഡം ആരാലും സൃഷ്ടിക്കപ്പെട്ടതല്ല. നമ്മുടെ വിധിയെ ആരും നിയന്ത്രിക്കുന്നുമില്ല. സ്വർഗ്ഗം, മരണാനന്തര ജീവിതം എന്നൊക്കെയുള്ളതൊന്നുമില്ല എന്ന തിരിച്ചറിവിലേക്കാണ് ഞാൻ എത്തി നിൽക്കുന്നത്. ഈ പ്രപഞ്ചത്തിന്റെ അതിഗംഭീരമായ രൂപഘടന ആസ്വദിക്കാനും വിലമതിക്കാനുമായി നമ്മുടെ പക്കൽ ഈ ഒരൊറ്റ ജീവിതമേയുള്ളൂ.

സ്റ്റീഫൻ ഹോക്കിങ് വചനങ്ങൾ

I believe alien life is quite
common in the universe,
although intelligent life is less so.
Some say it has yet to appear on planet Earth.

ഈ പ്രപഞ്ചത്തിൽ അന്യഗ്രഹ
ജീവികളുണ്ടാകും. അത് വിശ്വസിക്കാവുന്ന
ഒരു സാധാരണ കാര്യം മാത്രം.
എന്നാൽ ജ്ഞാനത്തോടെയുള്ള
അവയുടെ ജീവിതം അപൂർവ്വമായിരിക്കും.
ഈ ഭൂമിയിലെ മനുഷ്യരിലും അത് അങ്ങനെ
തന്നെയായിരിക്കും എന്നാണ് ചിലരുടെ പക്ഷം.

I believe there are no questions that science
can't answer about a physical universe.

ശാസ്ത്രത്തിനുത്തരം നൽകാനാകാത്തവിധം
ഭൗതികമായ ഈ പ്രപഞ്ചത്തിൽ
ചോദ്യങ്ങളൊന്നുമില്ല എന്നാണെന്റെ വിശ്വാസം.

I believe everyone should have a broad picture of how the universe operates and our place in it. It is a basic human desire. And it also puts our worries in perspective.

ഈ വിശ്വം എങ്ങനെ പ്രവർത്തിക്കുന്നു എന്നതിനെക്കുറിച്ചും നമുക്ക് അതിലുള്ള സ്ഥാനമെന്തെന്നതിനെക്കുറിച്ചും ഒരു വിശാല ചിത്രം എല്ലാവരും അറിഞ്ഞിരിക്കണം എന്നാണെന്റെ ആഗ്രഹം. അത് മനുഷ്യന്റെ അടിസ്ഥാന ആവശ്യങ്ങളിൽ ഒന്നാണ്. നമ്മുടെ വൈഷമ്യങ്ങൾക്ക് അതൊരു പുതിയ കാഴ്ചപ്പാട് നൽകും.

I had a bet with Gordon Kane of Michigan University that the Higgs particle wouldn't be found.

ഹിഗ്ഗ്സ് കണകം കണ്ടെത്തലുണ്ടാകില്ല എന്ന് ഞാൻ മിഷിഗൻ സർവകലാശാലയിലെ ഗോർഡൺ കെയ്നുമൊത്ത് വാത് വയ്ക്കുകയുണ്ടായി.

I believe the universe is governed
by the laws of science.
The laws may have been decreed by God,
but God does not intervene to break the laws.

ഈ ബ്രഹ്മാണ്ഡത്തെ നിയന്ത്രിക്കുന്നത് ശാസ്ത്രനിയമങ്ങളാണെന്ന് ഞാൻ കരുതുന്നു. ഈ നിയമങ്ങൾ ദൈവത്തിന്റെ ഉത്തരവിൻ പ്രകാരമാകാം, ദൈവത്തിന്റെ നിയമങ്ങൾ ക്കനുസരിച്ചുള്ളതാകാം, എന്നാൽ നിയമ ലംഘനത്തിനായി ദൈവം ഇടപെടാറില്ല.

I think the human race doesn't have a
future if it doesn't go into space.

ശൂന്യാകാശത്തിലേക്ക് പോയില്ലെങ്കിൽ മനുഷ്യവംശത്തിനൊരു ഭാവിയുണ്ടാകും എന്നെനിക്കു തോന്നുന്നില്ല.

സ്റ്റീഫൻ ഹോക്കിങ് വചനങ്ങൾ

I don't think the human race
will survive the next thousand years,
unless we spread into space.
There are too many accidents
that can befall life on a single planet,
But I'm an optimist.
We will reach out to the stars.

നമ്മൾ ശൂന്യാകാശത്തേക്ക്
വ്യാപിച്ചില്ലെങ്കിൽ, മാനുഷകുലം
ഇനി ഒരായിരം വർഷംകൂടി നിലനിൽക്കും
എന്നൊരു പ്രതീക്ഷ എനിക്കില്ല.
ഒരു ഗ്രഹം അകപ്പെട്ടേക്കാവുന്ന
അനേകം അപകടങ്ങളുണ്ട്.
പക്ഷേ, ഞാൻ ശുഭാപ്തിവിശ്വാസിയാണ്.
നമ്മൾ നക്ഷത്രങ്ങളിലേക്കും ചേക്കേറും.

സ്റ്റീഫൻ ഹോക്കിങ് വചനങ്ങൾ

I hope I have helped to raise the profile
of science and to show that
physics is not a mystery but
can be understood by ordinary people.

ഊർജ്ജതന്ത്രം എന്നത്
ദുർഗ്രാഹ്യമായ ഒന്നല്ല.
അത് സാധാരണക്കാർക്ക്
മനസ്സിലാകുന്നതാണ് എന്ന്
മനസ്സിലാക്കികൊടുക്കാൻ എന്റെ
പ്രവർത്തനം സഹായകരമായിട്ടുണ്ട്
എന്ന് പ്രതീക്ഷിക്കുന്നു.

I think it quite likely that
we are the only civilization within
several hundred light years,
otherwise we would have
heard radio waves.

അനേകം പ്രകാശവർഷങ്ങൾക്കുള്ളിലുണ്ടായ
ഏക സംസ്കാരമാണ് നമ്മുടേതെന്ന്
എനിക്ക് തോന്നുന്നു. അതല്ലെങ്കിൽ റേഡിയോ
തരംഗങ്ങൾ കേൾക്കാനുള്ള കരുത്ത്
നമ്മളിലുണ്ടാകുമായിരുന്നു.

I think the brain is essentially
a computer and consciousness is like
a computer programme.
It will cease to run when the computer
is turned off. Theoretically,
it could be re-created
on a neural network,
but that would be very difficult,
as it would require all one's memories.

തലച്ചോറ് ഒരു കംപ്യൂട്ടറാണെന്നും
പ്രജ്ഞ അഥവാ അന്തർബോധം
ഒരു കംപ്യൂട്ടർ പ്രോഗാമിനെപ്പോലെയാണെന്നും
ഞാൻ കരുതുന്നു. കംപ്യൂട്ടർ നിർത്തി വച്ചാൽ
അതിന്റെ പ്രജ്ഞയുടെ പ്രവർത്തനവും
നിലയ്ക്കും. സൈദ്ധാന്തികമായി
ഒരു സിരാഘടനയിൽ അതിനെ
പുനഃസൃഷ്ടിക്കാനാകും. എന്നാൽ അതിനായി
ഒരാളുടെ എല്ലാ ഓർമ്മകളേയും
സ്വരുക്കൂട്ടേണ്ടിവരുമെന്നതിനാൽ
അത് വളരെ വിഷമമുള്ള ഒന്നാണ്.

സ്റ്റീഫൻ ഹോക്കിങ് വചനങ്ങൾ

I regard the brain as a computer
which will stop working
when its components fail.
There is no heaven or afterlife
for broken down computers, that is a
fairy story for people afraid of the dark.

ഘടകങ്ങൾക്ക് കേടുപറ്റിയാൽ
പ്രവർത്തനരഹിതമാകുന്ന കംപ്യൂട്ടർ
പോലെയാണ് തലച്ചോറ് എന്ന് ഞാൻ കരുതുന്നു.
കേടുവന്ന കംപ്യൂട്ടറിന് പിന്നെ സ്വർഗ്ഗമോ,
പുനർജ്ജന്മമോ ഇല്ല. അതെല്ലാം ഇരുട്ടിനെ
ഭയക്കുന്നവരുണ്ടാക്കുന്ന യക്ഷിക്കഥകളാണ്.

I think we have a good chance of
surviving long enough to colonize the solar system.

സൗരയൂഥം മുഴുവൻ അധീനത്തിലാക്കി, അവ
നമ്മുടെ കോളനിയാക്കുന്നയത്ര ദൈർഘ്യം
നമ്മുടെ കുലത്തിനുണ്ടാകും എന്ന് ഞാൻ കരുതുന്നു.

I think computer viruses should count as life.
I think it says something about human nature
that the only form of life we have created
so far is purely destructive.
We've created life in our own image.

കംപ്യൂട്ടർ വൈറസുകളെ ജീവനുള്ളവയായി
കണക്കാക്കണം എന്ന് ഞാൻ കരുതുന്നു.
മനുഷ്യപ്രകൃതത്തെക്കുറിച്ച് അതെന്തൊക്കെയോ
പറയുന്നുണ്ട്. നമ്മൾ സൃഷ്ടിച്ച ഏക
ജീവരൂപത്തിന് സംഹാരത്തിന്റെ, വിനാശത്തിന്റെ,
രൂപമാണെന്ന് അത് പറയുന്നു. നമ്മൾ നമ്മുടെ
സ്വന്തം സങ്കല്പത്തിലാണ് ജീവിതം സൃഷ്ടിച്ചത്.

I want to know why the universe exists,
why there is something greater than nothing.

എന്തുകൊണ്ട് ഈ ബ്രഹ്മാണ്ഡം നിലകൊള്ളുന്നു
എന്നെനിക്കറിയണം. ശൂന്യത്തിൽ നിന്നും
വലുതായ ചിലത് എന്തുകൊണ്ട് ഉണ്ട് എന്നതും.

സ്റ്റീഫൻ ഹോക്കിങ് വചനങ്ങൾ

I used to think information was destroyed in black hole. This was my biggest blunder, or at least my biggest blunder in science.

തമോഗർത്തത്തിൽ മിക്കവാറും
എല്ലാ വിവരങ്ങളും നശിച്ചുപോയി
എന്ന് ഞാൻ കരുതാറുണ്ടായിരുന്നു.
എന്റെ ഏറ്റവും വലിയ
അബദ്ധവും ഇതായിരുന്നു.
ചുരുങ്ങിയപക്ഷം ശാസ്ത്രത്തിൽ
എന്റെ ഏറ്റവും വലിയ അബദ്ധവും.

I would like nuclear fusion to become a practical power source. It would provide an inexhaustible supply of energy, without pollution or global warming!

ന്യൂക്ലിയർ സംയോജനം ഊർജ്ജത്തിന്റെ
പ്രായോഗിക സ്രോതസ്സാകണം
എന്ന് ഞാൻ അനുമാനിക്കുന്നു.
ഒരിക്കലും അവസാനിക്കാത്ത,
പ്രദൂഷണമോ, ആഗോളതാപനമോ ഉണ്ടാക്കാത്ത,
ഊർജ്ജസ്രോതസ്സായി അത് മാറിയെങ്കിൽ!

സ്റ്റീഫൻ ഹോക്കിങ് വചനങ്ങൾ

If aliens visit us, the outcome would be
much as when Columbus landed in America,
which didn't turn out well for the native Americans.

അന്യഗ്രഹജീവികൾ ഇവിടം സന്ദർശിക്കുക
യാണെങ്കിൽ, അതിന്റെ ഫലം കൊളംബസ്
അമേരിക്കയിൽ കാലുകുത്തിയതിനു സമാനമാകും.
പ്രാദേശിക അമേരിക്കൻ വംശജർക്ക്
അതത്ര ഗുണം നൽകിയില്ല

If I had a time machine,
I'd visit Marilyn Monroe in her prime
or drop in on Galileo as he turned
his telescope to the heavens.

എന്റെ പക്കൽ ഒരു ടൈംമെഷീൻ
(കാലത്തിലൂടെ സഞ്ചരിക്കാനാകുന്ന യന്ത്രം)
ഉണ്ടായിരുന്നുവെങ്കിൽ ഞാൻ മെർലിൻ
മൺറോവിനെ അവരുടെ പ്രതാപകാലത്തിൽ
ചെന്ന് കാണുമായിരുന്നു, അല്ലെങ്കിൽ
തന്റെ ടെലിസ്കോപ് സ്വർഗ്ഗത്തിലേക്ക് തിരിച്ചു
വച്ചിരിക്കുന്ന ഗലീലിയോയെ സന്ദർശിക്കുമായിരുന്നു.

സ്റ്റീഫൻ ഹോക്കിങ് വചനങ്ങൾ

If the rate of expansion one second after
the Big Bang had been smaller by even
one part in a hundred thousand million million,
it would have recollapsed before it reached
its present size. On the other hand,
if it had been greater by a part in a million,
the universe would have expanded too
rapidly for stars and planets to form

മഹാവിസ്ഫോടനത്തിനു ശേഷമുണ്ടായ വ്യാപനത്തിന്റെ ഗതി, നൂറായിരം 'ദശലക്ഷം ദശലക്ഷ'ത്തിൽ ഒരു അംശമെങ്കിലും കുറവായിരുന്നു എങ്കിൽ, അത് അതിന്റെ ഇന്നത്തെ വലിപ്പത്തിലെത്തുന്നതിനു മുമ്പേ തകർന്നടിഞ്ഞ് പൂർവ്വരൂപത്തിലേക്ക് നീങ്ങുമായിരുന്നു. അതേസമയം ദശലക്ഷത്തിൽ ഒരു അംശം വേഗം വർദ്ധിച്ചിരുന്നുവെങ്കിൽ അതിന്റെ വ്യാപനഗതി, നക്ഷത്രങ്ങൾ, ഗ്രഹങ്ങൾ എന്നിവ രൂപപ്പെടാൻ വേണ്ടതിലധികം അതിശീഘ്രവുമാകുമായിരുന്നു.

സ്റ്റീഫൻ ഹോക്കിങ് വചനങ്ങൾ

If we do discover a complete theory,
it should be in time understandable in broad
principle by everyone. Then we shall all,
philosophers, scientists, and just ordinary
people be able to take part in the discussion
of why we and the universe exist.

ഒരു പൂർണ്ണസിദ്ധാന്തം നമ്മൾ കണ്ടെത്തുകയാ
ണെങ്കിൽ, അത് സമയം എന്നതിലാകണം.
അതിന്റെ വിശാലതത്ത്വം എല്ലാവർക്കും
മനസ്സിലാകുന്നതാകണം. അങ്ങനെയെങ്കിൽ,
തത്ത്വചിന്തകർ, ശാസ്ത്രജ്ഞർ,
സാധാരണക്കാർ, എന്നിവർക്കെല്ലാം
ഈ ബ്രഹ്മാണ്ഡം എന്തുകൊണ്ട് നിലനിൽക്കുന്നു
എന്ന ചർച്ചയിൽ പങ്കെടുക്കാനാകും.

If you understand the universe,
you control it, in a way.

നിങ്ങൾക്ക് പ്രപഞ്ചത്തെ മനസ്സിലാക്കാ
നായെങ്കിൽ, ഒരുവിധത്തിൽ നിങ്ങൾ അതിനെ
നിയന്ത്രിക്കുന്നു എന്ന് പറയാനാകും.

സ്റ്റീഫൻ ഹോക്കിങ് വചനങ്ങൾ

If we want to travel into the future,
we just need to go fast. Really fast.
And I think the only way we're ever
likely to do that is by going into space.

ഭാവിയിലേക്ക് സഞ്ചരിക്കണമെന്ന് നാം ആഗ്രഹിക്കുന്നുവെങ്കിൽ വേഗത ആവശ്യമാണ്. സത്യമായും അതിവേഗത. നമ്മൾക്ക് ശൂന്യാകാശത്തിലെത്തുവാനുള്ള ഒരേയൊരു മാർഗം അതുമാത്രമാണെന്ന് ഞാൻ കരുതുന്നു.

If you believe in science, like I do, you believe that there are certain laws that are always obeyed.

താങ്കൾക്കും എന്നെപ്പോലെ ശാസ്ത്രത്തിൽ വിശ്വാസമുണ്ടെങ്കിൽ, അതിനർത്ഥം ചില നിയമങ്ങൾ അനുസരിക്കാനുള്ളതാണെന്ന് താങ്കൾ വിശ്വസിക്കുന്നു എന്നാണ്.

Imaginary time is a new dimension,
at right angles to ordinary, real time.

സാങ്കല്പികസമയം എന്നത്
ഒരു പുതിയ മാനമാണ്, സാധാരണ,
വാസ്തവസമയത്തിനു സമകോണിലുള്ളത്.

In Britain, like most of the
developed world, stem-cell research
is regarded as a great opportunity.
America will be left behind
if it doesn't change policy.

ലോകത്തിന്റെ ഇതരഭാഗങ്ങളിലെന്നപോലെ
ബ്രിട്ടനിലും സ്റ്റെംസെൽ ഗവേഷണം
(മൂലകോശ ഗവേഷണം) ഒരു വലിയ
അവസരമായി കരുതപ്പെടുന്നു.
അതിന്റെ നയത്തിൽ മാറ്റം വരുത്തിയില്ലെങ്കിൽ
അമേരിക്ക വല്ലാതെ പിന്നിലാകും.

സ്റ്റീഫൻ ഹോക്കിങ് വചനങ്ങൾ

In less than a hundred years,
we have found a new way to think of ourselves.
From sitting at the center of the universe,
we now find ourselves orbiting
an average-sized sun, which is just one of
millions of stars in our own Milky Way Galaxy

നൂറുവർഷത്തിൽ കുറഞ്ഞ കാലഘട്ടത്തിനുള്ളിൽ,
നമ്മൾ, നമ്മെക്കുറിച്ച് ചിന്തിക്കുന്നതിന്
ഒരു പുതിയ മാർഗ്ഗം കണ്ടെത്തി. ബ്രഹ്മാണ്ഡത്തിന്റെ
മധ്യത്തിൽ നിന്നും നമ്മളിപ്പോൾ,
ശരാശരി വലിപ്പമുള്ള ഒരു സൂര്യനു
പ്രദക്ഷിണം വയ്ക്കുന്നു. ആ സൂര്യനാകട്ടെ,
നമ്മുടെ ക്ഷീരപഥത്തിലെ ദശലക്ഷക്കണക്കിനു
നക്ഷത്രങ്ങളിൽ ഒന്നുമാത്രമാണുതാനും.

In my opinion, there is no aspect of reality beyond the reach of the human mind.

മനുഷ്യമനസ്സിനു കയറിച്ചെല്ലാനാകാത്ത വാസ്തവഭാവങ്ങൾ ഒന്നും തന്നെയില്ല എന്നാണെന്റെ അഭിപ്രായം.

It now appears that the way the universe began can indeed be determined, using imaginary time.

സാങ്കല്പികസമയം ഉപയോഗിച്ച് ഇപ്പോൾ ഈ പ്രപഞ്ചം എങ്ങനെ ഉദ്ഭവിച്ചു എന്ന് തീരുമാനിക്കാനാകും എന്ന് ഇപ്പോൾ തോന്നുന്നു.

It was Einstein's dream to discover the grand design of the universe, a single theory that explains everything. However, physicists in Einstein's day hadn't made enough progress in understanding the forces of nature for that to be a realistic goal.

ബ്രഹ്മാണ്ഡത്തിന്റെ അതിഗംഭീരമായ രൂപഘടന കണ്ടുപിടിക്കണം എന്നത് ഐൻസ്റ്റീനിന്റെ സ്വപ്നമായിരുന്നു. എല്ലാം വിവരിക്കുന്ന ഒരൊറ്റ സിദ്ധാന്തം എന്നത്. എന്നാൽ, അത് നേടിയെടുക്കാനാകുമായിരുന്ന ലക്ഷ്യമാണെന്നോ പ്രകൃതിയുടെ കരുത്ത് മനസ്സിലാക്കുന്നതിനോ ഐൻസ്റ്റീന്റെ കാലഘട്ടത്തിലെ ഊർജ്ജതന്ത്രജ്ഞർ വേണ്ടത്ര പുരോഗമിച്ചിട്ടുണ്ടായിരുന്നില്ല.

സ്റ്റീഫൻ ഹോക്കിങ് വചനങ്ങൾ

It's a pity that nobody has found an exploding black hole. If they had, I would have won a Nobel prize.

വിസ്ഫോടനം നടക്കുന്ന ഒരു തമോഗർത്തം
ആരും കണ്ടെത്തിയിട്ടില്ല എന്നത് ദുഃഖകരമാണ്.
അങ്ങനെ കണ്ടെത്തിയിരുന്നെങ്കിൽ
എനിക്ക് നോബൽ സമ്മാനം ലഭിക്കുമായിരുന്നു.

It's time to commit to finding the answer,
to search for life beyond Earth.
Mankind has a deep need to explore,
to learn, to know. We also happen to be
sociable creatures. It is important for us to know
if we are alone in the dark.

ഭൂമിക്കപ്പുറം ജീവനുണ്ടോ എന്നതിനൊരു
ഉത്തരം കണ്ടെത്തുമെന്ന് പ്രതിജ്ഞയെടുക്കാൻ
സമയമായിരിക്കുന്നു. കൂടുതൽ അന്വേഷിക്കേണ്ടി
വരുന്ന, പഠിക്കേണ്ടിവരുന്ന, അറിയേണ്ടിവരുന്നതിന്റെ
ആവശ്യം മനുഷ്യനുണ്ട്. നമ്മൾ സമൂഹജീവികളാണ്.
ഈ ഇരുട്ടിൽ നമ്മൾ മാത്രമാണോ ഉള്ളത്
എന്നറിയേണ്ടത് വളരെ പ്രാധാന്യമാണ്.

സ്റ്റീഫൻ ഹോക്കിങ് വചനങ്ങൾ

Life on Earth is at the ever-increasing risk of being wiped out by a disaster, such as sudden global nuclear war, a genetically engineered virus or other dangers we have not yet thought of.

ഇതുവരേക്കും നമ്മൾ ചിന്തിച്ചിട്ടുപോലുമില്ലാത്ത അപായങ്ങൾ, ജനിതകമായി നിയന്ത്രിക്കപ്പെടുന്ന വൈറസുകൾ, പെട്ടെന്നുണ്ടായേക്കാവുന്ന ഒരു ന്യൂക്ലിയർ യുദ്ധം എന്നിവയിലൂടെ ഈ ഭൂമിയിലെ ജീവൻ തുടച്ച് മാറ്റപ്പെടാനുള്ള സാധ്യത എന്നും വർദ്ധിച്ചുകൊണ്ടിരിക്കുകയാണ്.

Look up at the stars and not down at your feet. Try to make sense of what you see, and wonder about what makes the universe exist. Be curious.

നക്ഷത്രങ്ങളിലേക്ക് നോക്കുക,
അല്ലാതെ നിങ്ങളുടെ കാല്പാദങ്ങളിലേക്കല്ല.
കണ്ടതിനെ ബുദ്ധിയോടെ വീക്ഷിക്കുക,
ഈ വിശ്വം നിലനിൽക്കുന്നതെങ്ങനെ
എന്ന് അദ്ഭുതപ്പെടുക.
എപ്പോഴും ജിജ്ഞാസുവായിരിക്കുക.

സ്റ്റീഫൻ ഹോക്കിങ് വചനങ്ങൾ

Most people don't have time to master the very mathematical details of theoretical physics.

പലരുടെയും പക്കൽ
സൈദ്ധാന്തിക ഊർജ്ജതന്ത്രത്തിന്റെ
ഗണിതക വിശദാംശങ്ങളിൽ
നിപുണത നേടാനുള്ള സമയമില്ല.

Most sets of values would give rise
to universes that, although they might be
very beautiful, would contain
no one able to wonder at that beauty.

സുന്ദരമെങ്കിലും ആ സൗന്ദര്യത്തെ നോക്കി
വിസ്മയപ്പെടാനോ പിടികൊടുക്കാത്ത
ജഗത്സ്വരൂപത്തെ കണ്ട്
അദ്ഭുതപ്പെടാനോ ഉള്ള ഉള്ളടക്കമാണ്
മിക്ക സംഖ്യാഗണങ്ങളും നൽകുന്നത്.

M-theory is the unified theory
Einstein was hoping to find.

ഐൻസ്റ്റീൻ കണ്ടെത്താൻ ആഗ്രഹിച്ച,
എല്ലാം ഒന്നിൽ സംയോജിപ്പിച്ച
സിദ്ധാന്തമാണ് 'എം' സിദ്ധാന്തം.

My discovery that black holes emit radiation raised serious problems of consistency with the rest of physics. I have now resolved these problems, but the answer turned out to be not what I expected.

തമോഗർത്തം സൂക്ഷ്മകണപ്രസരണം നടത്തുന്നു എന്ന എന്റെ കണ്ടുപിടുത്തം ഊർജ്ജതന്ത്രത്തിലെ മറ്റ് ഭാഗങ്ങളുമായി ആനുരൂപ്യത്തിന്റെ കാര്യത്തിൽ ഗൗരവമായ പ്രശ്നങ്ങളുണ്ടാക്കി. ഈ പ്രശ്നങ്ങൾക്ക് ഞാനിപ്പോൾ പരിഹാരം കണ്ടെത്തിയിരിക്കുന്നു. എന്നാലും ഞാൻ പ്രതീക്ഷിച്ച ഉത്തരമല്ല ലഭിച്ചത്.

സ്റ്റീഫൻ ഹോക്കിങ് വചനങ്ങൾ

Observations indicate that the universe is
expanding at an ever increasing rate.
It will expand forever,
getting emptier and darker.

വിശ്വം വികസിച്ചുകൊണ്ടേയിരിക്കുക
യാണെന്നാണ് നിരീക്ഷണങ്ങൾ കാണിക്കുന്നത്,
പണ്ടത്തേക്കാൾ വേഗത്തിൽ വികസിക്കുകയാണെന്ന്.
കൂടുതൽ ശൂന്യമായി, തമസ്സായി അതങ്ങനെ
എന്നെന്നും വികസിച്ചുകൊണ്ടേയിരിക്കും.

One cannot really argue with a
mathematical theorem.

ഒരു ഗണിതസിദ്ധാന്തവുമായി
വാഗ്വാദത്തിലേർപ്പെടാനാകില്ല.

സ്റ്റീഫൻ ഹോക്കിങ് വചനങ്ങൾ

One can't predict the weather more than a few days in advance.

ഏതാനും ദിനങ്ങൾക്ക് മുമ്പ് മാത്രമേ കാലാവസ്ഥ പ്രവചിക്കുവാനാകൂ.

Only black holes of very low mass would emit a significant amount of radiation.

വളരെ ഭാരം കുറഞ്ഞ തമോഗർത്തം മാത്രമേ സാരമായ കിരണപ്രസരണം നടത്തുകയുള്ളൂ.

Our minds work in real time,
which begins at the Big Bang and will end,
if there is a Big Crunch - which seems unlikely,
now, from the latest data showing
accelerating expansion.

നമ്മുടെ മനസ്സ് തത്സമയത്തിലാണ് പ്രവർത്തിക്കുന്നത്.
അത് മഹാവിസ്ഫോടനത്തിൽ ആരംഭിച്ചു.
ഇനി 'ബിഗ് ക്രഞ്ചിൽ' അവസാനിക്കും എന്നതിനു
സാധ്യത കുറവാണ്. ഏറ്റവും പുതിയ ഡാറ്റ
കാണിക്കുന്ന വികാസത്തിന്റെ ഗതിവേഗം
സൂചിപ്പിക്കുന്നത് അതാണ്.

Philosophers have not kept up with modern
developments in science. Particularly physics.

തത്ത്വചിന്തകർ ആധുനിക ശാസ്ത്രത്തിന്റെ,
പ്രത്യേകിച്ചും ഊർജ്ജതന്ത്രത്തിന്റെ
വളർച്ചയ്ക്കൊപ്പമെത്തിയില്ല.

സ്റ്റീഫൻ ഹോക്കിങ് വചനങ്ങൾ

Our population and our use of the finite resources of planet Earth are growing exponentially, along with our technical ability to change the environment for good or ill.

നമ്മുടെ ജനസംഖ്യയും ഭൂമി എന്ന ഗ്രഹത്തിലെ സ്രോതസ്സുകളുടെ അന്തമില്ലാത്ത ഉപയോഗവും വളരെ വേഗത്തിൽ ഗുണീഭവിച്ചുകൊണ്ടിരിക്കുകയാണ്. അതിനോടൊപ്പം പരിസ്ഥിതിയെ നല്ലതിനോ ചീത്തയ്ക്കോ മാറ്റിമറിക്കാനുള്ള നമ്മുടെ സാങ്കേതികമികവും വർദ്ധിക്കുന്നു.

Science can lift people out of poverty and cure disease. That, in turn, will reduce civil unrest.

ശാസ്ത്രത്തിന് ജനങ്ങളെ ദാരിദ്ര്യത്തിൽ നിന്നും കരകയറ്റാനാകും. രോഗങ്ങൾ ഭേദമാക്കുവാനാകും. കാലക്രമത്തിൽ അത് സാമൂഹിക അസ്വാസ്ഥ്യങ്ങൾ ഇല്ലാതെയാക്കും.

Science is beautiful when it makes simple explanations of phenomena or connections between different observations.

വിവിധ നിരീക്ഷണങ്ങളെക്കുറിച്ചുള്ള പാരസ്പര്യം, പ്രതിഭാസങ്ങളെക്കുറിച്ച് ലളിതമായ വിവരണം എന്നിവ നൽകുമ്പോൾ ശാസ്ത്രം സുന്ദരമാകുന്നു.

Science is increasingly answering questions that used to be the province of religion.

മതത്തിന്റെ അധികാരപരിധിയിലുണ്ടായിരുന്ന ചോദ്യങ്ങൾക്ക് ശാസ്ത്രം ഉത്തരം നൽകുന്ന പ്രവണത ഇന്ന് വർദ്ധിക്കുന്നുണ്ട്.

Science is not only a disciple of reason but also one of romance and passion.

ശാസ്ത്രം സ്വീകരിച്ചിരിക്കുന്നത് കാരണങ്ങളുടെ ശിഷ്യത്വം മാത്രമല്ല, കാല്പനികതയുടേയും അഭിനിവേശത്തിന്റേയും കൂടിയാണ്.

Science predicts that many different kinds of universe will be spontaneously created out of nothing.

ശൂന്യതയിൽ നിന്നും വിവിധതരം വിശ്വങ്ങൾ പൊടുന്നനെ നിർമ്മിക്കപ്പെടും എന്ന് ശാസ്ത്രം പ്രവചിക്കുന്നു.

സ്റ്റീഫൻ ഹോക്കിങ് വചനങ്ങൾ

Scientists have become the bearers of
the torch of discovery in our quest for knowledge

ജ്ഞാനസമ്പാദനത്തിനായുള്ള
അന്വേഷണത്തിൽ കണ്ടുപിടുത്തങ്ങളുടെ
വിളക്കുമായി വഴികാട്ടുന്നവരായിരിക്കുന്നു
ശാസ്ത്രജ്ഞർ.

So long as the universe had a beginning,
we could suppose it had a creator.
But if the universe is really completely
self-contained, having no boundary or edge,
it would have neither beginning nor end: it would
simply be. What place, then, for a creator?

ഈ അണ്ഡകടാഹത്തിനൊരു തുടക്കമുണ്ടായിരുന്നു
എങ്കിൽ അതിനൊരു സ്രഷ്ടാവുണ്ടായിരുന്നു
എന്ന് നമുക്ക് സങ്കല്പിക്കാമായിരുന്നു.
എന്നാൽ ഈ അണ്ഡകടാഹം സ്വയംപര്യാപ്തമാണ്,
അതിന് അതിരുകളില്ല, പരിധികളില്ല,
ആദിയും അന്തവുമില്ല. അതങ്ങനെയാണ്.
അപ്പോൾ പിന്നെ സ്രഷ്ടാവിന് സ്ഥാനമെവിടെ?

Some people would claim
that things like love,
joy and beauty belong to a
different category from science
and can't be described in
scientific terms,
but I think they can now be
explained by the theory of evolution.

സ്നേഹം, സന്തോഷം,
സൗന്ദര്യം തുടങ്ങിയ കാര്യങ്ങൾ
ശാസ്ത്രത്തിൽ നിന്നും വിഭിന്നമാണെന്നും
ശാസ്ത്രനാമങ്ങളുപയോഗിച്ച്
അവയെ വിശദീകരിക്കാനാകില്ലെന്നും
ചിലർ അവകാശപ്പെടും.
എന്നാൽ അവയെ പരിണാമസിദ്ധാന്ത
മുപയോഗിച്ച് വിശദീകരിക്കാനാകും
എന്ന് ഞാനിപ്പോൾ കരുതുന്നു.

സ്റ്റീഫൻ ഹോക്കിങ് വചനങ്ങൾ

Some scientists think
it may be possible to capture
a wormhole and enlarge
it many trillions of times to make it
big enough for a human
or even a spaceship to enter.

ഒരു വിരദ്വാരം (wormhole)*
അനേകം കോടി മടങ്ങ്
വലുതാക്കാനാകുമെന്നും
അതിലൂടെ ഒരു മനുഷ്യനേയോ,
ബഹിരാകാശ വാഹനത്തേയോ
കടത്തിവിടാനാകുമെന്നും
ചില ശാസ്ത്രജ്ഞർ കരുതുന്നു.

* വിരദ്വാരം (wormhole); ഭൗതിക ശാസ്ത്രത്തിൽ സ്ഥലകാലത്തിൽ കുറുക്കുവഴികൾ സൃഷ്ടിക്കാൻ കഴിയുന്ന ഒരു സവിശേഷത.

Stem cell research is the key to developing cures for degenerative conditions like Parkinson's and motor neuron disease from which I and many others suffer. The fact that the cells may come from embryos is not an objection, because the embryos are going to die anyway.

മൂലകോശഗവേഷണം വഴി ഞാനിന്നനുഭവിക്കുന്ന മോട്ടോർ ന്യൂറോൺ എന്ന രോഗം, പാർക്കിൻസൺ രോഗം പോലെയുള്ള, ശരീരം നശിക്കുന്ന രോഗങ്ങൾക്കുള്ള പ്രതിവിധി കണ്ടെത്തിയേക്കാം. ഈ കോശങ്ങൾ ഭ്രൂണത്തിൽ നിന്നും വരുന്നു എന്നതിൽ എതിർപ്പില്ല, കാരണം ഭ്രൂണം എന്തായാലും നശിച്ചുപോകാനുള്ളതാണ്.

Success in creating AI would be the biggest event in human history. Unfortunately, it might also be the last, unless we learn how to avoid the risks.

കൃത്രിമവിവേകം സൃഷ്ടിക്കുക എന്നതിലെ വിജയം മനുഷ്യചരിത്രത്തിലെ ഏറ്റവും വലിയ സംഭവമാകും. എന്നാൽ, നിർഭാഗ്യകരമെന്ന് പറയട്ടെ, അതുമൂലമുള്ള അപായങ്ങളെ ഒഴിവാക്കാൻ നമ്മൾ പഠിച്ചില്ലെങ്കിൽ, ഏറ്റവും അവസാനത്തേതും അതാകും.

സ്റ്റീഫൻ ഹോക്കിങ് വചനങ്ങൾ

The fastest manned vehicle in history was Apollo 10. It reached 25,000 mph.

മനുഷ്യൻ സഞ്ചരിച്ച ഏറ്റവും വേഗതയേറിയ വാഹനം അപ്പോളോ 10 ആയിരുന്നു. അത് മണിക്കൂറിൽ 25,000 നാഴിക വേഗം പ്രാപിക്കുകയുണ്ടായി.

The missing link in cosmology is the nature of dark matter and dark energy.

വിശ്വവിജ്ഞാനീയത്തിലെ ലഭ്യമാകാത്ത കണ്ണി ഇരുണ്ട ദ്രവ്യം, ഇരുണ്ട ഊർജ്ജം എന്നിവയുടെ പ്രകൃതമാണ്.

സ്റ്റീഫൻ ഹോക്കിങ് വചനങ്ങൾ

The Paralympic Games is about transforming our perception of the world.

ലോകത്തെക്കുറിച്ചുള്ള നമ്മുടെ അവബോധത്തിലും പ്രത്യക്ഷബോധത്തിലും രൂപാന്തരം വരുത്തുക എന്നതിനാണ് പാരലിംപിക് ഗെയിംസ് ലക്ഷ്യമിടുന്നത്.

The past, like the future, is indefinite and exists only as a spectrum of possibilities.

ഭൂതമെന്നത്, ഭാവിപോലെ തന്നെ അനന്തമാണ്. സാധ്യതകളുടെ ഒരു ഛായാരൂപം മാത്രമായാണ് അത് നിലനിൽക്കുന്നത്.

The radiation left over from the Big Bang is the same as that in your microwave oven but very much less powerful. It would heat your pizza only to minus 271.3*C -.

നിങ്ങളുടെ മൈക്രോവേവ് ഓവനിലുള്ളതിനു തുല്യമാണ്, മഹാവിസ്ഫോടനത്തിൽ നിന്നും അവശേഷിക്കുന്ന അണുപ്രസരണം.
എന്നാൽ കരുത്ത് അതിലും വളരെ കുറഞ്ഞതാണ്. നിങ്ങളുടെ പിസയെ അതിന് മൈനസ് 271.3 ഡിഗ്രി സെൽഷ്യസ്‌വരെ ചൂടാക്കാനേ കഴിയുകയുള്ളൂ.

The universe is governed by science. But science tells us that we can't solve the equations, directly in the abstract.

ഈ പ്രപഞ്ചത്തെ നിയന്ത്രിക്കുന്നത് ശാസ്ത്രമാണ്. എന്നാൽ നേരിട്ടോ, അമൂർത്തമായോ, സമവാക്യങ്ങൾക്കുള്ള ഉത്തരം കാണാനാകില്ല എന്ന് ശാസ്ത്രം നമ്മോട് പറയുന്നു.

The universe is not indifferent to
our cxistence - it depends on it.

നമ്മുടെ അതിജീവനത്തിനോട്
ഉദാസീനമനോഭാവമുള്ള ഒന്നല്ല പ്രപഞ്ചം.
എന്നാൽ - നമ്മുടെ അതിജീവനത്തെ
ആശ്രയിക്കുന്നതുമാണത്.

The usual approach of science of constructing
a mathematical model cannot answer
the questions of why there should be a
universe for the model to describe.

ഒരു ഗണിതകമാതൃക നിർമ്മിക്കുക
എന്ന ശാസ്ത്രത്തിന്റെ സാധാരണമായ
സമീപനത്തിനുള്ള മാതൃക
വിശദീകരിക്കാനായി ഒരു പ്രപഞ്ചം
എന്തിനുണ്ടാകണം എന്ന
ചോദ്യത്തിന് ഉത്തരം നൽകാനാകില്ല.

സ്റ്റീഫൻ ഹോക്കിങ് വചനങ്ങൾ

The whole history of science
has been the gradual realization
that events do not
happen in an arbitrary manner,
but that they reflect
a certain underlying order,
which may or may not be divinely inspired.

ശാസ്ത്രത്തിന്റെ ചരിത്രം കാണിക്കുന്നത്,
സംഭവങ്ങൾ സ്വേച്ഛയാ,
അടുക്കും ചിട്ടയുമില്ലാതെ
നടന്ന് പോകുന്നതല്ല എന്നാണ്.
അതിനകത്തൊരു ക്രമമുണ്ട്.
അത് ഒരുപക്ഷേ
ദൈവികമായ പ്രചോദനമാകാം,
അല്ലായിരിക്കാം.

സ്റ്റീഫൻ ഹോക്കിങ് വചനങ്ങൾ

There are grounds for cautious
optimism that we may now be near
the end of the search
for the ultimate laws of nature.

പ്രകൃതിയുടെ പരമമായ നിയമങ്ങൾ
എന്തൊക്കെ എന്ന അന്വേഷണത്തിന്റെ
അവസാനത്തിലാണ് നമ്മൾ,
എന്നതിൽ ശ്രദ്ധാപൂർവ്വമായ
ശുഭാപ്തിവിശ്വാസത്തിനുവേണ്ട കാരണങ്ങളുണ്ട്.

There are too many accidents
that can be fall life on a single planet.
There could be shadow of galaxies,
shadow of stars, and even shadow of people.

ഒരു ഗ്രഹത്തിനെ ബാധിക്കാവുന്ന
ഒരുപാട് അപകടങ്ങളുണ്ട്.
നിഴൽ ക്ഷീരപഥങ്ങളുണ്ടാകാം
നിഴൽ നക്ഷത്രങ്ങളുണ്ടാകാം
നിഴൽ മനുഷ്യരുമുണ്ടാകാം.

സ്റ്റീഫൻ ഹോക്കിങ് വചനങ്ങൾ

There is a fundamental difference
between religion,
which is based on authority,
[and] science, which is
based on observation and reason,"
Science will win, because it works."

അധികാരത്തിൽ അധിഷ്ഠിതമായ
മതവും നിരീക്ഷണത്തിലും
കാരണങ്ങളിലും അധിഷ്ഠിതമായ
ശാസ്ത്രവും തമ്മിൽ അടിസ്ഥാന
വ്യത്യാസങ്ങളുണ്ട്.
ശാസ്ത്രം വിജയിക്കും.
കാരണം അത് പ്രവർത്തനക്ഷമമാണ്.

സ്റ്റീഫൻ ഹോക്കിങ് വചനങ്ങൾ

There is a real danger that computers will develop intelligence and take over. We urgently need to develop direct connections to the brain so that computers can add to human intelligence rather than be in opposition.

കംപ്യൂട്ടർ, ധിഷണ വികസിപ്പിക്കുകയും നമ്മിൽ നിന്ന് ചുമതല ഏറ്റെടുക്കുകയും ചെയ്യും എന്ന അപായം നിലനിൽക്കുന്നുണ്ട്. കംപ്യൂട്ടർ മനുഷ്യന്റെ ധിഷണയെ വർദ്ധിപ്പിക്കുവാനും അതിനെതിരെ പ്രവർത്തനരഹിത മാക്കുവാനുമായി നമ്മുടെ തലച്ചോറുമായി നേരിട്ട് ബന്ധപ്പെടുത്തുന്നതിനുള്ള വികസനങ്ങൾ അടിയന്തിരമായി നടപ്പിലാക്കേണ്ടതുണ്ട്.

There is nothing bigger or older than the universe.

ഈ പ്രപഞ്ചത്തിനേക്കാൾ വലുതോ പഴയതോ ആയ ഒന്നുമില്ല.

Time can behave like another direction in space under extreme conditions.

പരമമായ അവസ്ഥകളിൽ കാലത്തിന് അന്തരാളത്തിൽ മറ്റൊരു ദിശയെന്നതുപോലെ പെരുമാറാനാകും.

സ്റ്റീഫൻ ഹോക്കിങ് വചനങ്ങൾ

Time travel was once considered
scientific heresy, and I used to
avoid talking about it for
fear of being labelled a 'crank.'

കാലത്തിലൂടെ യാത്ര എന്നത്
ഒരു ശാസ്ത്രവിരോധമാണെന്ന്
ഒരുകാലത്ത് കരുതിയിരുന്നു.
എന്നെ ഒരു 'ഭ്രാന്തൻ' എന്ന്
മുദ്രകുത്തും എന്ന്
ഭയന്ന് ഞാനതിനെക്കുറിച്ച്
സംസാരിക്കാറില്ലായിരുന്നു.

Time travel used to be thought of as just science fiction, but Einstein's general theory of relativity allows for the possibility that we could warp space-time so much that you could go off in a rocket and return before you set out.

കാലത്തിലൂടെ യാത്ര എന്നത് ഒരു ശാസ്ത്ര ഫിക്ഷൻ മാത്രമാണെന്ന് കരുതിയിരുന്നു. എന്നാൽ ഐൻസ്റ്റീനിന്റെ ആപേക്ഷിക സിദ്ധാന്തം നമുക്ക് സ്ഥലം-സമയം എന്നതിനെ ചുരുക്കിക്കെട്ടാനും അതുവഴി ഒരു റോക്കറ്റിൽ കയറി യാത്രയായി എന്നറിയുന്നതിനു മുമ്പേ തിരിച്ചെത്താനുമാകുന്ന സാധ്യതയെ കാണിക്കുന്നു.

To confine our attention to terrestrial matters would be to limit the human spirit.

ഭൂമിയിലുള്ള വസ്തുക്കളിൽ മാത്രം ശ്രദ്ധ ഒതുക്കി നിർത്തുന്നത് മനുഷ്യന്റെ ഭാവനയെ, ഉത്സാഹത്തെ പരിമിതപ്പെടുത്തുകയാകും.

Up until the 1920s, everyone thought the universe was essentially static and unchanging in time.

1920കൾ വരെ എല്ലാവരും കരുതിയിരുന്നത് ഈ പ്രപഞ്ചം സ്ഥായിയായാണെന്നും കാലത്തിനനുസരിച്ച് മാറ്റമൊന്നും വരാത്തതാണെന്നുമായിരുന്നു.

We think that life develops spontaneously
on Earth, so it must be possible for life
to develop on suitable planets elsewhere
in the universe. But we don't know
the probability that a planet develops life

ഭൂമിയിൽ ജീവൻ പൊടുന്നനെ
വികസിച്ച് ഉണ്ടായി എന്നാണ്
നമ്മൾ കരുതുന്നത്. അതുകൊണ്ടുതന്നെ
ജീവൻ നിലനിൽക്കാനുതകുന്ന
സൗകര്യങ്ങളുള്ള മറ്റ് ഗ്രഹങ്ങളിലും
അങ്ങനെ സംഭവിക്കുമെന്നും വിശ്വസിക്കുന്നു.
എന്നാൽ ഒരു ഗ്രഹമാണ് ജീവനെ
വികസിപ്പിക്കുന്നത് എന്ന ഒരു
സാധ്യതയെക്കുറിച്ച് നമുക്കൊന്നും അറിയില്ല.

സാമൂഹികം

All my adult life people have been helping me.

ഞാൻ പ്രായപൂർത്തിയായതിനു ശേഷം ചുറ്റിലുമുള്ളവരെല്ലാം എന്നെ സഹായിക്കുകയായിരുന്നു.

Although September 11 was horrible, it didn't threaten the survival of the human race, like nuclear weapons do.

സെപ്തംബർ 11 ഭീകരമായിരുന്നെങ്കിലും അണുവായുധങ്ങൾ ഭീഷണിപ്പെടുത്തുന്നതു പോലെ, മനുഷ്യകുലത്തിന്റെ നിലനില്പിനെ അത് വെല്ലുവിളിക്കുന്നതായിരുന്നില്ല.

സ്റ്റീഫൻ ഹോക്കിങ് വചനങ്ങൾ

Don't be disabled in spirit as well as physically.

മാനസികമായി നമ്മൾ അംഗപരിമിതമാകരുത്. ശാരീരികമായി അംഗപരിമിതമായാൽപോലും.

Exploration by real people inspires us.

ജനങ്ങളുടെ സത്യമായുള്ള അന്വേഷണം നമുക്ക് പ്രചോദനമായി തീരുന്നു.

സ്റ്റീഫൻ ഹോക്കിങ് വചനങ്ങൾ

However bad life may seem,
there is always something you can do,
and succeed at. While there's life,
there is hope.

ജീവിതം മോശമെന്ന് തോന്നുമ്പോഴും
പ്രവർത്തിക്കാനും സാക്ഷാത്ക്കരിക്കാനും
എന്തെങ്കിലും ബാക്കിയുണ്ടാകും.
ജീവിതമുണ്ടെങ്കിൽ ആശയുണ്ട്.

I am just a child who has never grown up.
I still keep asking these 'how' and 'why'
questions. Occasionally, I find an answer.

വളർന്നിട്ടേയില്ലാത്ത ഒരു കുട്ടിയാണ് ഞാൻ.
ഞാനിപ്പോഴും "എങ്ങനെ", "എന്തുകൊണ്ട്"
എന്നൊക്കെ ചോദിച്ചുകൊണ്ടേയിരിക്കുന്നു.
അപൂർവ്വമായി ഇതിനുത്തരം ലഭിക്കാറുമുണ്ട്.

I believe in universal health care.
And I am not afraid to say so.

സാർവ്വലൗകികമായ
ആരോഗ്യപരിപാലനത്തിലാണ്
ഞാൻ വിശ്വസിക്കുന്നത്.
അത് പറയുന്നതിനു
ഞാൻ ഭയക്കുന്നുമില്ല.

I believe things cannot make
themselves impossible.

ഞാൻ വിശ്വസിക്കുന്ന
കാര്യങ്ങൾ അസംഭവ്യങ്ങളല്ല.

I can't disguise myself with a wig and dark glasses - the wheelchair gives me away.

ഒരു വിഗ്ഗും കറുത്ത കണ്ണടയും വച്ച് എനിക്കെന്നെ വേഷപ്രച്ഛന്നനാക്കുവാനാകില്ല - ഈ ചക്രക്കസേര പിടികൊടുക്കും.

I can't say that my disability has helped my work, but it has allowed me to concentrate on research without having to lecture or sit on boring committees.

എന്റെ അംഗപരിമിതത്വം എന്റെ ജോലിയിൽ സഹായിച്ചു എന്ന് പറയാനാകില്ല. പക്ഷേ, മുഷിപ്പനായ കമ്മറ്റികളിലിരിക്കാതേയും പ്രഭാഷണങ്ങൾ നൽകാതേയും എനിക്കെന്റെ ഗവേഷണങ്ങളിൽ ശ്രദ്ധ കേന്ദ്രീകരിക്കാൻ അത് സഹായകരമായിട്ടുണ്ട്.

I don't care much for equations myself.
This is partly because it is difficult for me
to write them down, but mainly because
I don't have an intuitive feeling for equations.

സമവാക്യങ്ങളെക്കുറിച്ച്
ഞാനത്ര വേവലാതിപ്പെടാറില്ല.
അതെല്ലാം എഴുതുക എന്നത് എനിക്ക്
ബുദ്ധിമുട്ടാണെന്നതാണ് ഭാഗികമായ
കാരണം. എന്നാൽ പ്രധാന കാരണം
എനിക്ക് സമവാക്യങ്ങളോട്
സഹജാവബോധമില്ല എന്നതാണ്.

I don't want to write an autobiography
because I would become a
public property with no privacy left.

ആത്മകഥയെഴുതാൻ ആഗ്രഹമില്ല,
കാരണം അതെഴുതിയാൽ ഞാനൊരു
പൊതുസ്വത്താകും, സ്വകാര്യത നഷ്ടമാകും.

സ്റ്റീഫൻ ഹോക്കിങ് വചനങ്ങൾ

I don't have much positive to say about motor neuron disease, but it taught me not to pity myself because others were worse off, and to get on with what I still could do. I'm happier now than before I developed the condition.

മോട്ടോർ ന്യൂറോൺ അസുഖത്തെക്കുറിച്ച് നല്ലതൊന്നും പറയാൻ എന്റെ പക്കലില്ല. എന്നാൽ, മറ്റുള്ളവർ ഇതിലും മോശം അവസ്ഥയിലാണെന്നും അതിനാൽ ഞാനെന്റെ അവസ്ഥയിൽ പരിതപിക്കരുതെന്നു മുള്ളതുകൊണ്ട് മുമ്പോട്ട് പോകണമെന്നും അതെന്നെ പഠിപ്പിച്ചു. ഈ അവസ്ഥയിലെ ത്തുന്നതിനു മുമ്പത്തേക്കാളും സന്തോഷവാനാണ് ഞാനിപ്പോൾ.

I enjoy all forms of music - pop, classical and opera!

എല്ലാതരം സംഗീതവും എനിക്കിഷ്ടമാണ്, അത് ശാസ്ത്രീയസംഗീതമാകട്ടെ, ഓപ്പറയാകട്ടെ!

I entered the health care debate in response to a statement in the United States press in summer 2009 which claimed the National Health Service in Great Britain would have killed me off, were I a British citizen. I felt compelled to make a statement to explain the error.

ആരോഗ്യരംഗത്തെക്കുറിച്ചുള്ള ഒരു ചർച്ചയിലേക്ക് ഞാനിറങ്ങിയതിനു കാരണം 2009 വേനലിൽ യുണൈറ്റഡ് സ്റ്റേറ്റ്സിലെ പത്രങ്ങളിൽ വന്ന ഒരു വാർത്തയാണ്. ഒരു ബ്രിട്ടീഷ് പൗരനായിരുന്നു ഞാനെങ്കിൽ, ബ്രിട്ടീഷ് ആരോഗ്യസേവനരംഗത്തിന്റെ പ്രവർത്തനം എന്റെ മരണകാരണമായിട്ടു ണ്ടാകുമായിരുന്നു എന്നതായിരുന്നു ആ പ്രസ്താവം. അതിലെ തെറ്റ് ചൂണ്ടിക്കാണി ക്കേണ്ടതിന് ഞാൻ നിർബന്ധിതനായി.

സ്റ്റീഫൻ ഹോക്കിങ് വചനങ്ങൾ

I first had the idea of writing a popular
book about the universe in 1982.
My intention was partly to earn
money to pay my daughter's school fees.

ജനകീയമാകുന്ന ഒരു പുസ്തകം
എഴുതുക എന്ന ആശയം എന്നിൽ
ആദ്യം ഉദിക്കുന്നത് 1982ലാണ്.
ആ ലക്ഷ്യത്തിന്റെ ഭാഗിക കാരണം
എന്റെ മകളുടെ സ്കൂൾ ഫീസ് നൽകാനുള്ള
പണം സമ്പാദിക്കുക എന്നതായിരുന്നു

I grew up thinking that a research
scientist was a natural thing to be.

ഗവേഷണ ശാസ്ത്രജ്ഞനാകുക
എന്നത് സ്വാഭാവികമാണെന്ന
ചിന്താഗതിയോടെയാണ് ഞാൻ വളർന്നത്.

സ്റ്റീഫൻ ഹോക്കിങ് വചനങ്ങൾ

I had not expected 'A Brief History of Time' to be a best seller. It was my first popular book and aroused a great deal of interest. Initially, many people found it difficult to understand. I therefore decided to try to write a new version that would be easier to follow.

'കാലത്തിന്റെ ഒരു സംക്ഷിപ്ത ചരിത്രം' എന്ന പുസ്തകത്തിനിത്രയും വില്പനയുണ്ടാകും എന്ന് ഞാൻ കരുതിയിരുന്നില്ല. ഞാനെഴുതിയ ആദ്യ ജനകീയ പുസ്തകമായിരുന്നു അത്. പൊതുജനങ്ങൾക്കിടയിൽ വളരെ താത്പര്യ മുണർത്തിയ പുസ്തകം. ആദ്യമൊക്കെ അതിലെഴുതിയത് മനസ്സിലാക്കാൻ പലരും ബുദ്ധിമുട്ടി. അതുകൊണ്ട് മനസ്സിലാക്കാൻ എളുപ്പമുള്ള മറ്റൊരു പതിപ്പ് എഴുതാൻ ഞാൻ തീരുമാനിച്ചു.

I have a full and satisfying life.
My work and my family are
very important to me.

പൂർണ്ണവും സന്തുഷ്ടവുമായ ജീവിതം
എനിക്കുണ്ട്. എന്റെ ജോലിയും
എന്റെ കുടുംബവും എനിക്ക്
വളരെ പ്രാധാന്യമുള്ളവയാണ്.

I have found far greater enthusiasm for
science in America than here in Britain.
There is more enthusiasm for
everything in America.

ശാസ്ത്രത്തിനോട് ഇവിടെ ബ്രിട്ടനിൽ
കാണുന്നതിനേക്കാൾ അധികം ഉത്സാഹം
അമേരിക്കയിൽ ഞാൻ കണ്ടിട്ടുണ്ട്.
അമേരിക്കയിൽ എല്ലാത്തിനോടും
അങ്ങനെയൊരു അമിതോത്സാഹമുണ്ട്.

സ്റ്റീഫൻ ഹോക്കിങ് വചനങ്ങൾ

I have lived with the prospect of an early
death for the last 49 years. I'm not afraid of
death, but I'm in no hurry to die.
I have so much I want to do first,"

കഴിഞ്ഞ 49 വർഷമായി അകാലമരണത്തിന്റെ
സാധ്യതയുമായാണ് ഞാൻ ജീവിച്ചത്.
മരണത്തെ എനിക്ക് ഭയമില്ല. എന്നാൽ
മരിക്കാൻ തിടുക്കമില്ല. അതിനുമുമ്പ് ഒരുപാട്
കാര്യങ്ങൾ ചെയ്ത് തീർക്കാനുണ്ട്.

I have noticed even people who claim
everything is predestined, and that
we can do nothing to change it,
look before they cross the road.

എല്ലാം മുൻനിശ്ചയമാണെന്നും
നമുക്കൊന്നും മാറ്റാനാകില്ലെന്നും
അവകാശപ്പെടുന്നവർ പോലും
വഴിമുറിച്ച് കടക്കുമ്പോൾ ചുറ്റിലും
നോക്കുന്നത് ഞാൻ ശ്രദ്ധിച്ചിട്ടുണ്ട്.

I have so much that I want to do.
I hate wasting time.

എനിക്ക് ചെയ്യാൻ
വളരെയധികം കാര്യങ്ങളുണ്ട്.
സമയം നഷ്ടപ്പെടുത്തുന്നത്
എനിക്കിഷ്ടമല്ല.

I have visited Japan several times
and have always been shown
wonderful hospitality.

ഞാൻ വളരെയധികം തവണ
ജപ്പാൻ സന്ദർശിച്ചിട്ടുണ്ട്.
എനിക്കവിടെ നല്ല
ആതിഥേയത്വം ലഭിച്ചിട്ടുണ്ട്.

സ്റ്റീഫൻ ഹോക്കിങ് വചനങ്ങൾ

I have wanted to fly into space
for many years, but never imagined
it would really be feasible.

ശൂന്യാകാശത്തിലേക്ക് പറക്കണമെന്ന
ആഗ്രഹം എനിക്ക് വർഷങ്ങളായുണ്ട്,
എന്നാൽ അത് പ്രാവർത്തികമായ
ഒന്നാണെന്ന ചിന്ത എന്നിലില്ല.

I have wondered about time
all my life.

ഞാൻ എന്റെ ആയുസ്സ് മുഴുക്കെ
അദ്ഭുതപ്പെട്ടിട്ടുള്ളത്
സമയത്തെക്കുറിച്ചാണ്.

I think those who have a terminal illness and
are in great pain should have
the right to choose to end their own life,
and those that help them should be
free from prosecution.

മാറാരോഗമുള്ളവർക്കും അസഹനീയ വേദന സഹിക്കുന്നവർക്കും സ്വന്തം ജീവിതം അവസാനിപ്പിക്കണോ എന്ന് തീരുമാനിക്കാനുള്ള അവകാശമുണ്ടാകണം എന്നാണ് ഞാൻ കരുതുന്നത്. അവരെ അതിനു സഹായിക്കുന്നവർക്കെതിരെ നടപടിയൊന്നുമുണ്ടാകരുതെന്നും.

I want my books sold on airport bookstalls.

എന്റെ പുസ്തകങ്ങൾ വിമാനത്താവളങ്ങളിലെ പുസ്തകശാലകളിൽ വിൽക്കപ്പെടണം.

I was born on January 8, 1942, exactly three hundred years after the death of Galileo. I estimate, however, that about two hundred thousand other babies were also born that day. I don't know whether any of them was later interested in astronomy.

1942 ജനുവരി എട്ടാം തിയതിയാണെന്റെ ജനനം. ഗലീലിയോ മരിച്ച് കൃത്യം മുന്നൂറ് വർഷങ്ങൾ തികഞ്ഞപ്പോൾ. അന്ന് ചുരുങ്ങിയത് രണ്ട് ലക്ഷം കുട്ടികളെങ്കിലും ജനിച്ചിട്ടുണ്ടാകും എന്ന് ഞാൻ അനുമാനിക്കുന്നു. അവരിൽ ആർക്കെങ്കിലും ജ്യോതിശ്ശാസ്ത്രത്തിൽ താത്പര്യമുണ്ടായോ എന്നെനിക്കറിയില്ല.

സ്റ്റീഫൻ ഹോക്കിങ് വചനങ്ങൾ

I was never top of the class at school,
but my classmates must have seen
potential in me, because
my nickname was 'Einstein.'

ഞാൻ ക്ലാസിലേയോ സ്കൂളിലേയോ
മികച്ച വിദ്യാർത്ഥിയായിരുന്നില്ല.
എന്നാൽ എന്റെ സഹപാഠികൾ
എന്നിലെ കഴിവ് തിരിച്ചറിഞ്ഞിട്ടുണ്ടാകണം.
അവർ എനിക്കിട്ടിരുന്ന ചെല്ലപ്പേര്
'ഐൻസ്റ്റീൻ' എന്നായിരുന്നു.

I was not a good student.
I did not spend much time at college;
I was too busy enjoying myself.

ഞാൻ ഒരു നല്ല വിദ്യാർത്ഥിയായിരുന്നില്ല.
കോളേജിൽ അധിക സമയം ചിലവിട്ടിട്ടില്ല.
ഞാൻ സ്വയം ആനന്ദിക്കുന്നതിന്റെ
തിരക്കിലായിരുന്നു.

I wouldn't be here today if it were not
for the NHS. I have received
a large amount of high-quality treatment
without which I would not have survived.

എൻ.എച്ച്.എസ്. ഇല്ലായിരുന്നെങ്കിൽ ഞാൻ
ഇന്ന് ഇവിടെ ഉണ്ടാകുമായിരുന്നില്ല.
നല്ല ഗുണമേന്മയുള്ള വളരെയധികം
ചികിത്സ എനിക്ക് ലഭിച്ചിട്ടുണ്ട്.
അതില്ലാതെ ഞാൻ അതിജീവിക്കില്ലായിരുന്നു.

I'm an atheist.

ഞാനൊരു നിരീശ്വരവാദിയാണ്.

If I had to choose a superhero to be,
I would pick Superman.
He's everything that I'm not.

ഒരു അമാനുഷിക നായകനെ
തിരഞ്ഞെടുക്കേണ്ടി വന്നാൽ ഞാൻ
സൂപ്പർമാനെ തിരഞ്ഞെടുക്കും.
ഞാൻ എന്തൊക്കെയല്ലയോ
അതൊക്കെയാണദ്ദേഹം.

I'm never any good in the morning.
It is only after four in the afternoon
that I get going.

പ്രഭാതത്തിൽ എന്റെ മാനസികനില
ഒരിക്കലും നല്ലതാകാറില്ല.
ഉച്ചകഴിഞ്ഞ് നാലുമണിയായാലേ കാര്യങ്ങൾ
മുന്നോട്ട് പോയിത്തുടങ്ങുകയുള്ളൂ.

In my school, the brightest boys
did maths and physics,
the less bright did physics and chemistry,
and the least bright did biology.
I wanted to do maths and physics,
but my father made me do chemistry
because he thought there would be
no jobs for mathematicians.

സ്കൂളിലെ ഏറ്റവും മിടുക്കരായ വിദ്യാർത്ഥികൾ പഠനത്തിനായി, ഗണിതവും ഊർജ്ജതന്ത്രവും തിരഞ്ഞെടുക്കുമായിരുന്നു. അതിനു താഴെയുള്ളവർ ഊർജ്ജതന്ത്രവും രസതന്ത്രവും. പിന്നെയുള്ളവർ ജീവശാസ്ത്രം. എനിക്ക് ഗണിതവും ഊർജ്ജതന്ത്രവും പഠിക്കാനായിരുന്നു താത്പര്യം. എന്നാൽ അച്ഛൻ രസതന്ത്രത്തിനു നിർബന്ധിച്ചു. ഗണിതം പഠിച്ചവർക്ക് ജോലി ലഭിക്കുകയില്ല എന്നാണദ്ദേഹം കരുതിയിരുന്നത്.

സ്റ്റീഫൻ ഹോക്കിങ് വചനങ്ങൾ

In the past, there was active
discrimination against women in science.
That has now gone, and although
there are residual effects,
these are not enough to account
for the small numbers of women,
particularly in mathematics and physics.

മുമ്പൊക്കെ ശാസ്ത്രരംഗത്ത് സ്ത്രീകൾ
ക്കെതിരെ വിവേചനമുണ്ടായിരുന്നു.
ഇന്ന് അതില്ലാതായിരിക്കുന്നു.
ചെറിയ അനിഷ്ട സംഭവങ്ങൾ
ഉണ്ടാകാറുണ്ടെങ്കിലും ഗണിതം,
ഊർജ്ജതന്ത്രം എന്നീ ശാഖകളിൽ
പ്രത്യേകിച്ചും സ്ത്രീകളുടെ എണ്ണക്കുറവിന്
ഇത് കാരണമാക്കി പറയുവാനാകില്ല.

Intelligence is the ability
to adapt to change.

മാറ്റങ്ങളുമായി പൊരുത്തപ്പെടാനുള്ള
കഴിവിനെയാണ് ധിഷണ എന്ന് വിളിക്കുന്നത്.

സ്റ്റീഫൻ ഹോക്കിങ് വചനങ്ങൾ

It is generally recognised that women are better than men at languages, personal relations and multi-tasking, but less good at map-reading and spatial awareness. It is therefore not unreasonable to suppose that women might be less good at mathematics and physics.

ഭാഷ, വ്യക്തിബന്ധങ്ങൾ, പല പ്രവൃത്തികൾ ഒരേ സമയം ചെയ്യുക എന്നീ കാര്യങ്ങളിൽ പുരുഷന്മാരേക്കാൾ സ്ത്രീകൾക്ക് കഴിവുകൂടുമെന്നും അതേസമയം ഭൂപടം പരിശോധിക്കുക, സ്ഥലസംബന്ധിയായ, അന്തരീക്ഷ സംബന്ധിയായ, കാര്യങ്ങൾ ഓർമ്മവയ്ക്കുക എന്നിവയിൽ അത് കുറവാണെന്നും സാധാരണയായി തിരിച്ചറിഞ്ഞിട്ടുള്ളതാണ്. അതുകൊണ്ടുതന്നെ സ്ത്രീകൾ ഗണിതം, ഊർജ്ജതന്ത്രം എന്നിവയിൽ അത്ര മേന്മ കാണിക്കില്ല എന്ന് ഊഹിക്കുന്നത് യുക്തിരഹിതമാകില്ല.

സ്റ്റീഫൻ ഹോക്കിങ് വചനങ്ങൾ

It is no good getting
furious if you get stuck.
What I do is keep thinking about
the problem but work on something else.
Sometimes it is years before
I see the way forward.
In the case of information loss
and black holes, it was 29 years.

എവിടെയെങ്കിലും വെച്ച്
മുന്നോട്ടോ പിന്നോട്ടോ പോകാൻ
സാധിക്കാത്തതിൽ കോപിച്ചിട്ട് കാര്യമില്ല.
ആ കാര്യത്തെക്കുറിച്ച് ചിന്തിച്ചുകൊണ്ടേ
യിരിക്കുക, പക്ഷേ അപ്പോൾ വേറെ
എന്തെങ്കിലും പ്രവൃത്തി ചെയ്യുക
എന്നതാണ് അങ്ങനെയുള്ള അവസരങ്ങളിൽ
ഞാൻ ചെയ്യാറുള്ളത്. ചിലപ്പോൾ
മുന്നോട്ടൊരു മാർഗ്ഗം കാണാൻ എനിക്ക്
വർഷങ്ങളെടുക്കാറുണ്ട്.
വിവരങ്ങൾ നഷ്ടപ്പെടുക, തമോഗർത്തം
എന്നിവയുടെ കാര്യമെടുത്താൽ
അത് 29 വർഷമായിരുന്നു.

സ്റ്റീഫൻ ഹോക്കിങ് വചനങ്ങൾ

It is extremely important
to me to write for children.

എന്നെ സംബന്ധിച്ചിടത്തോളം
വളരെ പ്രാധാന്യമുള്ളതാണ്
കുട്ടികൾക്കായി എഴുതുക എന്നത്.

Keeping an active mind
has been vital to my survival,
as has been maintaining a sense of humor.

ക്രിയാത്മകമായ മനസ്സ്
കാത്തുസൂക്ഷിക്കുക എന്നത്
എന്റെ അതിജീവനത്തിനു
വളരെ പ്രധാനപ്പെട്ടതാണ്.
നർമ്മബോധവും അതുപോലെതന്നെ.

സ്റ്റീഫൻ ഹോക്കിങ് വചനങ്ങൾ

It is not clear that intelligence has
any long-term survival value.

ധിഷണയ്ക്ക് ദീർഘകാലം
അതിജീവിക്കുന്നതിനുള്ള
മൂല്യമുണ്ടോ എന്നതിൽ വ്യക്തതയില്ല.

Life would be tragic
if it weren't funny.

നർമ്മം ഇല്ലായിരുന്നെങ്കിൽ ഈ ജീവിതം
ദുഃഖപര്യവസായിയായി മാറുമായിരുന്നു.

സ്റ്റീഫൻ ഹോക്കിങ് വചനങ്ങൾ

Many badly needed goals,
like fusion and cancer cure,
would be achieved much sooner
if we invested more.

സമ്മിശ്രണം, അർബുദം ചികിത്സിച്ച്
ഭേദമാക്കൽ എന്നിവപോലെയുള്ളതിൽ
പലതിലും നമ്മൾ കൂടുതൽ
നിക്ഷേപിക്കുകയാണെങ്കിൽ
കൂടുതൽ ദൂരം സഞ്ചരിക്കാനാകും.
ഇവയിലെല്ലാം ലക്ഷ്യങ്ങൾ
അത്യന്താപേക്ഷിതമായിരിക്കുന്നു.

Many people find the
universe confusing - it's not.

വല്ലാതെ ആശയക്കുഴപ്പമുണ്ടാക്കുന്നതാണീ
ബ്രഹ്മാണ്ഡം എന്ന് പലരും വിശ്വസിക്കുന്നു,
എന്നാൽ അങ്ങനെയല്ല.

May be I don't have the most common
kind of motor neuron disease,
which usually kills in two or three years.

ഒരുപക്ഷേ, രണ്ടോ മൂന്നോ വർഷത്തി
നുള്ളിൽ രോഗി മരണപ്പെടുന്ന,
സാധാരണമായി കാണുന്ന തരം മോട്ടോർ
ന്യൂറോൺ രോഗമായിരിക്കില്ല എനിക്കുള്ളത്.

My expectations were reduced
to zero when I was 21.
Everything since then has been a bonus.

എനിക്ക് 21 വയസ്സായപ്പോൾ എന്റെ
പ്രതീക്ഷകൾ അസ്തമിക്കുകയായിരുന്നു.
അതിനു ശേഷം ലഭിച്ചതെല്ലാം
ബോണസ് മാത്രമാണ്.

My advice to other disabled people would be, concentrate on things your disability doesn't prevent you doing well, and don't regret the things it interferes with. Don't be disabled in spirit as well as physically.

മറ്റ് അംഗപരിമിതരോട് എനിക്ക് പറയാനുള്ളത്, നിങ്ങളുടെ അംഗപരിമിതി തടസ്സമാകാത്തതിൽ ശ്രദ്ധ കേന്ദ്രീകരിക്കൂ, അത് ഇടപെടുന്നവയെക്കുറിച്ച് ഖേദിക്കാതിരിക്കൂ എന്നാണ്. ശാരീരികമായും മാനസികമായും അംഗപരിമിതമാകരുത്.

My first popular book, 'A Brief History of Time,' aroused a great deal of interest, but many found it difficult to understand.

'**കാ**ലത്തിന്റെ ഒരു സംക്ഷിപ്ത ചരിത്രം' എന്ന എന്റെ പുസ്തകം പലയിടത്തും താത്പര്യമുണർത്തി. എന്നാൽ മനസ്സിലാക്കാൻ ബുദ്ധിമുട്ടുള്ളതായിരുന്നു അതെന്ന അഭിപ്രായം പലരും പറയുകയുണ്ടായി.

സ്റ്റീഫൻ ഹോക്കിങ് വചനങ്ങൾ

My father was a research scientist
in tropical medicine, so I always assumed
I would be a scientist, too.
I felt that medicine was too vague
and inexact, so I chose physics.

ഉഷ്ണമേഖലാ പ്രദേശങ്ങളിൽ
കണ്ടുവരുന്ന രോഗങ്ങളെക്കുറിച്ച് ഗവേഷണം
നടത്തിയിരുന്ന ഒരു ശാസ്ത്രജ്ഞനാണ് അച്ഛൻ.
അതുകൊണ്ട് തന്നെ ഞാനും ഒരു
ശാസ്ത്രജ്ഞനാകും എന്ന് എക്കാലത്തും
കരുതിയിരുന്നു. എന്നാൽ വൈദ്യരംഗം
അത്ര കൃത്യതയില്ലാത്തതാണെന്ന് ഞാൻ കരുതി.
അതിനാൽ ഊർജ്ജതന്ത്രം തിരഞ്ഞെടുത്തു.

My three children have
brought me great joy.

എന്റെ മൂന്ന് കുട്ടികളും എനിക്ക്
വളരെയധികം സന്തോഷം നൽകിയിട്ടുണ്ട്.

സ്റ്റീഫൻ ഹോക്കിങ് വചനങ്ങൾ

My goal is simple. It is a complete
understanding of the universe,
why it is as it is and why it exists at all.

എന്റെ ലക്ഷ്യം ലളിതമാണ്. ഈ പ്രപഞ്ചം
പൂർണ്ണമായും അറിയുക എന്നതാണത്.
അത് ഇപ്പോഴുള്ളതുപോലെ എന്തു
കൊണ്ടുണ്ടായി എന്നും അത് എന്തിനിങ്ങനെ
നിലനിൽക്കുന്നു എന്നും അറിയുക.

No one can resist the
idea of a crippled genius.

അംഗവൈകല്യം സംഭവിച്ച
ഒരു ബുദ്ധിജീവിയുടെ ആശയങ്ങളെ
ആർക്കും ചെറുത്ത് നിൽക്കാനാകില്ല.

My wife and I love each other very much.

ഞാനും എന്റെ ഭാര്യയും പരസ്പരം വളരെയധികം സ്നേഹിക്കുന്നു.

My ideal role would be a baddie in a James Bond film. I think the wheelchair and the computer voice would fit the part.

ഒരു ജെയിംസ് ബോണ്ട് സിനിമയിലെ ദുഷ്ടകഥാപാത്രത്തിന്റെ ഭാഗമാണെനിക്ക്. ഈ ചക്രക്കസേരയും കംപ്യൂട്ടറിന്റെ സഹായത്താലുണ്ടാകുന്ന സ്വരവും അതിനനുയോജ്യമാണെന്ന് തോന്നുന്നു.

No one undertakes research in physics
with the intention of winning a prize.
It is the joy of discovering something
no one knew before.

ഒരു സമ്മാനം നേടണം എന്ന ഉദ്ദേശ്യത്തോടെ ഊർജ്ജതന്ത്രത്തിൽ ആരും ഗവേഷണം നടത്തുന്നില്ല. മുമ്പ് ആരും അറിയാത്ത ഒന്ന് കണ്ടെത്തുന്നതിലാണ് ആനന്ദം.

People who boast about their I.Q. are losers.

തന്റെ ഐ.ക്യുവിനെക്കുറിച്ച് പൊങ്ങച്ചം കൊള്ളുന്നവർ പരാജയപ്പെടുകയാണ്.

സ്റ്റീഫൻ ഹോക്കിങ് വചനങ്ങൾ

Obviously, because of my disability, I need assistance. But I have always tried to overcome the limitations of my condition and lead as full a life as possible. I have travelled the world, from the Antarctic to zero gravity.

എന്റെ അംഗവൈകല്യം നിമിത്തം
പരസഹായം കൂടിയേ തീരൂ.
എന്റെ അവസ്ഥയുടെ പരിമിതികൾ
മറികടക്കാൻ എപ്പോഴും ശ്രമിക്കാറുണ്ട്.
അങ്ങനെ ഒരു പൂർണ്ണജീവിതം നയിക്കാൻ.
ലോകം മുഴുക്കെ ഞാൻ സഞ്ചരിച്ചിട്ടുണ്ട്.
അന്റാർട്ടിക്ക മുതൽ പൂജ്യം
ഗുരുത്വാകർഷണത്തിലേക്ക് വരെ.

Nothing cannot exist forever.

ഒന്നിനും ശാശ്വതമായി നിലനിൽക്കാനാകില്ല.

People won't have time for you if you are always angry or complaining.

എപ്പോഴും കോപിക്കുകയോ, പരാതിപ്പെടുകയോ ചെയ്താൽ നിങ്ങൾക്കായി മറ്റുള്ളവരുടെ പക്കൽ സമയമുണ്ടാകില്ല.

However difficult life may seem, there is always something you can do and succeed at. It matters that you don't just give up.

ജീവിതം എത്ര ദുഷ്കരമാണെന്ന് തോന്നിയാലും നിങ്ങൾക്ക് വിജയിക്കുവാനാകുന്ന എന്തെങ്കിലും കാണും. നിങ്ങൾ പരാജയം സമ്മതിക്കരുതെന്ന് മാത്രം.

സ്റ്റീഫൻ ഹോക്കിങ് വചനങ്ങൾ

Primitive life is relatively common,
but that intelligent life is very rare.
Some say it has yet to appear on planet Earth,"

ആദിമജീവനുകൾ സാധാരണങ്ങളാണ്.
എന്നാൽ ജ്ഞാനത്തോടെയുള്ള
ജീവിതം അപൂർവ്വമാണ്.
അങ്ങനെയൊന്ന് ഭൂമിയിൽ ഇനിയും
അവതരിച്ചിട്ടില്ലെന്ന് ചിലർ പറയുന്നു.

Perhaps one day I will go into space.

ഒരുപക്ഷേ ഒരു ദിവസം
ഞാൻ ശൂന്യാകാശയാത്ര നടത്തിയേക്കാം.

Some forms of motor neuron disease
are genetically linked,
but I have no indication that my kind is.
No other member of my family has had it.
But I would be in favour of abortion
if there was a high risk.

മോട്ടോർ ന്യൂറോൺ എന്ന അസുഖത്തിന്റെ
ചില വകഭേദങ്ങൾക്ക് ജനിതകബന്ധമുണ്ട്.
എന്നാൽ എനിക്കുള്ളതിന് അതിന്റെ
ലക്ഷണമൊന്നുമില്ല. എന്റെ കുടുംബത്തിൽ
മറ്റാർക്കും ഇതുണ്ടായിട്ടില്ല. എന്നാൽ വലിയ
അപായസാധ്യതയുണ്ടെങ്കിൽ ഗർഭമലസി
പ്പിക്കുന്നതിനോട് ഞാൻ യോജിക്കും.

Someone told me that
each equation I included in the
book would halve the sales

പുസ്തകത്തിൽ ഞാൻ
ചേർക്കുന്ന ഓരോ സമവാക്യവും
വില്പന പാതിയാക്കുമെന്ന്
ആരോ പറയുകയുണ്ടായി.

സ്റ്റീഫൻ ഹോക്കിങ് വചനങ്ങൾ

Sometimes I wonder if
I'm as famous for my wheelchair and
disabilities as I am for my discoveries.

ചിലപ്പോഴെങ്കിലും ഞാൻ എന്റെ
ചക്രക്കസേരയും അംഗപരിമിതത്വവും
മൂലമാണോ പ്രസിദ്ധനായത്
അതോ എന്റെ കണ്ടുപിടുത്തങ്ങൾ
മൂലമാണോ എന്ന് ആശങ്കപ്പെടാറുണ്ട്.

The doctor who diagnosed me with ALS,
or motor neuron disease, told me that it
would kill me in two or three years.

എനിക്ക് ALS അഥവാ മോട്ടോർ ന്യൂറോൺ
എന്ന അസുഖമാണെന്ന് കണ്ടെത്തിയ
ഡോക്ടർ എന്നോട് ആ അസുഖം
എന്നെ രണ്ടോ മൂന്നോ വർഷത്തിനുള്ളിൽ
കൊല്ലുമെന്ന് പറഞ്ഞിരുന്നു.

The downside of my celebrity is that I cannot go anywhere in the world without being recognized,"

ഞാനൊരു സെലിബ്രിറ്റി ആയതിന്റെ ദൂഷ്യവശമെന്തെന്നാൽ, തിരിച്ചറിയപ്പെടാതെ എനിക്ക് ലോകത്തിലൊരിടത്തും പോകാനാകുന്നില്ല എന്നതാണ്.

The greatest enemy of knowledge is not ignorance, it is the illusion of knowledge.

ജ്ഞാനത്തിന്റെ ഏറ്റവും വലിയ ശത്രു അജ്ഞതയല്ല, ജ്ഞാനമുണ്ടെന്ന മിഥ്യാബോധമാണ്.

സ്റ്റീഫൻ ഹോക്കിങ് വചനങ്ങൾ

The human race may be the
only intelligent beings in the galaxy.

ഈ ക്ഷീരപഥത്തിൽ വിവേകമുള്ള
ഏക ജീവജാലം മനുഷ്യവർഗ്ഗമാകാം.

The media need superheroes in science
just as in every sphere of life,
but there is really a continuous range of
abilities with no clear dividing line.

ജീവിതത്തിന്റെ മറ്റെല്ലാ തുറകളിലുമെന്ന
പോലെ ശാസ്ത്രത്തിലും മാധ്യമങ്ങൾക്ക്
അമാനുഷനായകരെ വേണം.
എന്നാൽ നിപുണതകളുടെ ഒരു വലിയ
നിരയുണ്ട്, അവർ തമ്മിൽ വേർതിരിക്കപ്പെടുന്ന
രേഖ അവ്യക്തമാണുതാനും.

'The Simpsons' appearances were great fun. But I don't take them too seriously. I think 'The Simpsons' have treated my disability responsibly.

'ദ സിംപ്സൺസ്'ന്റെ പ്രവേശനം നല്ല രസമായിരുന്നു. എന്നാൽ അവയെ ഞാൻ ഗൗരവമായി കാണുന്നില്ല. 'ദ സിംപ്സൺസ്' എന്റെ അംഗപരിമിതത്വത്തെ ഉത്തരവാദിത്വ ബോധത്തോടെ ചികിത്സിച്ചു എന്ന് ഞാൻ കരുതുന്നു.

The universe is not indifferent to our existence - it depends on it.

നമ്മുടെ അതിജീവനത്തിനോട് ഉദാസീന മനോഭാവമുള്ള ഒന്നല്ല പ്രപഞ്ചം. നമ്മുടെ അതിജീവനത്തെ ആശ്രയിക്കുന്നതാണത്.

സ്റ്റീഫൻ ഹോക്കിങ് വചനങ്ങൾ

The voice I use is a very old hardware speech synthesizer made in 1986. I keep it because I have not heard a voice I like better and because I have identified with it.

1986ൽ നിർമ്മിച്ച ഒരു പഴയ സ്പീച്ച് സിന്തസൈസറാണ് ഞാനിപ്പോൾ ഉപയോഗിക്കുന്ന സ്വരം. അതിലും നല്ലൊരു സ്വരം ഞാൻ കേട്ടിട്ടില്ലാത്തതിനാലാണ് അതു തന്നെ ഉപയോഗിച്ചുകൊണ്ടിരിക്കുന്നത്. മാത്രമല്ല അതുമായി ബന്ധപ്പെടുത്തിയാണ് എന്നെ എല്ലാവരും തിരിച്ചറിയപ്പെടുന്നതും.

Theology is unnecessary.

അദ്ധ്യാത്മവിദ്യ അനാവശ്യമാണ്.

Theoretical physics is one of the few fields in which being disabled is no handicap - it is all in the mind.

സൈദ്ധാന്തിക ഊർജ്ജതന്ത്രത്തിന് പരിമിതിയില്ലാത്ത ഒരു വിഷയമാണ് അംഗപരിമിതത്ത്വം. അതെല്ലാം മനസ്സിലാണ്.

There's no way to remove the observer - us - from our perceptions of the world.

ലോകത്തെക്കുറിച്ചുള്ള പരിപ്രേഷ്യങ്ങളിൽ നിന്നും നിരീക്ഷകരെ - നമ്മളെ - ഒഴിവാക്കുവാനാകില്ല.

There are plenty of dead scientists I admire, but I can't think of any living ones. This is probably because it is only in retrospect that one can see who made the important contributions.

മരിച്ചുപോയ ഒരുപാട് ശാസ്ത്രജ്ഞരെ ഞാൻ ആരാധിക്കുകയും പ്രശംസിക്കുകയും ചെയ്യുന്നു. എന്നാൽ ജീവിച്ചിരിക്കുന്ന ആരും എന്റെ ഓർമ്മയിലെത്തുന്നില്ല. ഇതൊരുപക്ഷേ, പ്രാധാന്യമുള്ള സംഭാവന ആരു നൽകി എന്നത് പിന്തിരിഞ്ഞ് നോക്കിയാൽ മാത്രമേ ഒരാൾക്ക് കാണാനാകൂ എന്നതിനാലാണ്.

There is no unique picture of reality.

വാസ്തവം എന്നതിന് അനന്യമായ ഒരു ചിത്രം എന്നൊന്നില്ല.

സ്റ്റീഫൻ ഹോക്കിങ് വചനങ്ങൾ

Throughout history, people have studied pure science from a desire to understand the universe rather than practical applications for commercial gain. But their discoveries later turned out to have great practical benefits.

ചരിത്രാതീതകാലം മുതൽ ജനങ്ങൾ ശാസ്ത്രം പഠിക്കുന്നത് സാമ്പത്തിക ലാഭമുണ്ടാക്കുന്ന പ്രായോഗിക പ്രവർത്തനങ്ങൾക്കല്ല, പ്രപഞ്ചത്തെക്കുറിച്ചറിയാനുള്ള ആഗ്രഹം മൂലമാണ്. എന്നാൽ അവരുടെ കണ്ടുപിടുത്തങ്ങൾക്ക് പിന്നീട് മഹത്തായ പല പ്രായോഗിക ഗുണങ്ങളുമുണ്ടായി.

Using e-mail,
I can communicate with
scientists all over the world.

ഇ-മെയിൽ ഉപയോഗിച്ച്
എനിക്ക് ലോകത്തെമ്പാടുമുള്ള
ശാസ്ത്രജ്ഞരുമായി സംവദിക്കുവാനാകും.

Wagner manages to convey
emotion with music better than anyone,
before or since.

വാഗ്നർ, അദ്ദേഹത്തിനു
മുമ്പോ പിമ്പോ ഉള്ള ആരെക്കാളും
നന്നായി സംഗീതമുപയോഗിച്ച്
വികാരങ്ങളെ പ്രകടമാക്കുന്നു.

We are all different. There is no
such thing as a standard or
run-of-the-mill human being,
but we share the same human spirit.

നമ്മളെല്ലാം വ്യത്യസ്തരാണ്.
ഒരു മാതൃക, താരതമ്യാധാരം, അഥവാ
സാധാരണ നിലവാരമുള്ളത് എന്നൊന്നില്ല.
എന്നാൽ നമ്മളെല്ലാം ഒരേ മാനുഷിക
ചൈതന്യം ഉൾക്കൊള്ളുന്നു.

We are all now connected by the Internet,
like neurons in a giant brain.

ആജാനബാഹുവായ ഒരു തലച്ചോറിൽ
ന്യൂറോണുകളെന്നപോലെ
നമ്മളെല്ലാം ഇപ്പോൾ ഇന്റർനെറ്റിനാൽ
ബന്ധിപ്പിക്കപ്പെട്ടിരിക്കുന്നു.

We are in danger of destroying
ourselves by our greed and stupidity.
We cannot remain looking inwards
at ourselves on a small and increasingly
polluted and overcrowded planet.

അത്യാർത്തി, വിഡ്ഢിത്തം എന്നിവമൂലം
നമ്മൾ നമ്മെതന്നെ നശിപ്പിക്കും
എന്ന അപായത്തിനു മുന്നിലാണ് നാം.
ചെറുതും വല്ലാതെ പ്രദൂഷിതവും
ജനത്തിരക്കേറിയതുമായ ഒരു ഗ്രഹത്തിൽ
ഇനിയും നമുക്ക് നമുക്കുള്ളിലേക്ക്
മാത്രം നോക്കി ജീവിക്കാനാകില്ല.

We are just an advanced
breed of monkeys on a minor planet
of a very average star.
But we can understand the universe.
That makes us something very special.

ഒരു ശരാശരി നക്ഷത്രത്തിലെ,
ചെറിയ ഒരു ഗ്രഹത്തിലെ പുരോഗതി
പ്രാപിച്ച ഒരു പറ്റം കുരങ്ങുകളാണ് നമ്മൾ.
എന്നാൽ നമുക്ക് ഈ പ്രപഞ്ചത്തെ
മനസ്സിലാക്കുവാനാകും.
അതാണ് നമ്മെ വിശിഷ്ടരാക്കുന്നത്.

We are the product of
quantum fluctuations
in the very early universe.

ആദിമപ്രപഞ്ചത്തിലെ
വലിയ ചാഞ്ചാട്ടങ്ങളുടെ
ഉത്പന്നമാണ് നമ്മൾ.

സ്റ്റീഫൻ ഹോക്കിങ് വചനങ്ങൾ

We lived in a tall,
narrow Victorian house,
which my parents had bought
very cheaply during the war,
when everyone thought London was
going to be bombed flat.
In fact, a V-2 rocket landed
a few houses away from ours.
I was away with my mother and
sister at the time,
but my father was in the house.

ഉയരമുള്ള, ഇടുങ്ങിയ ഒരു വിക്ടോറിയൻ
വീട്ടിലാണ് ഞങ്ങൾ താമസിച്ചിരുന്നത്.
യുദ്ധകാലത്ത്, എല്ലാവരും ലണ്ടൻ നഗരം
ബോംബിട്ട് തകർക്കും എന്ന് കരുതിയ
കാലത്ത്, കുറഞ്ഞ വിലയിൽ
എന്റെ മാതാപിതാക്കൾ വാങ്ങിയതാണത്.
സത്യത്തിൽ ഒരു വി-2 റോക്കറ്റ് പതിച്ചത്
ഞങ്ങളുടെ വീട്ടിൽ നിന്നും രണ്ട് മൂന്ന്
വീടിനപ്പുറത്തായിരുന്നു. അപ്പോൾ ഞാനും
അമ്മയും സഹോദരിയും വീട്ടിലുണ്ടാ
യിരുന്നില്ല. അച്ഛൻ വീട്ടിലുണ്ടായിരുന്നു.

When one's expectations
are reduced to zero,
one really appreciates
everything one does have.

ഒരാളുടെ പ്രതീക്ഷ പൂജ്യമാകുമ്പോൾ
അയാൾ കൈയിലുള്ളതിനെയെല്ലാം
പ്രകീർത്തിക്കാനാരംഭിക്കുന്നു.

We only have to look at
ourselves to see how intelligent
life might develop into something
we wouldn't want to meet.

ധിഷണയുള്ള ജീവിതം നമുക്ക് കാണാൻ
ആഗ്രഹമില്ലാത്ത ഒരവസ്ഥയിലേക്ക്
എങ്ങനെ വികസിക്കും എന്നറിയാൻ
നമ്മൾ നമ്മെത്തന്നെ നോക്കിയാൽ മതി.

സ്റ്റീഫൻ ഹോക്കിങ് വചനങ്ങൾ

We should seek the
greatest value of our action.

നമ്മുടെ പ്രവർത്തനങ്ങളുടെ ഏറ്റവും
മഹത്തായ മൂല്യം നമ്മൾ ആവശ്യപ്പെടണം.

We think we have solved the mystery of
creation. Maybe we should patent
the universe and charge everyone
royalties for their existence.

സൃഷ്ടിയുടെ ഗൂഢരഹസ്യങ്ങൾ
കണ്ടെത്തി എന്ന് നമ്മൾ കരുതുന്നു.
അങ്ങനെയെങ്കിൽ നമ്മൾ ഈ
പ്രപഞ്ചത്തിനൊരു പേറ്റന്റ് എടുത്ത്
ഇവിടെ ജീവിക്കുന്നവരിൽ നിന്നെല്ലാം
റോയൽറ്റി വാങ്ങണം.

What I'd really like to control
is not machines, but people.

ഞാൻ നിയന്ത്രിക്കാനാഗ്രഹിക്കുന്നത്
യന്ത്രങ്ങളെയല്ല, മനുഷ്യരെയാണ്.

What was God doing
before the divine creation?

ദൈവികമായ സൃഷ്ടികർമ്മത്തിനു മുമ്പ്
ദൈവം എന്ത് ചെയ്യുകയായിരുന്നു?

We live in a bewildering world.

അമ്പരപ്പിക്കുന്ന ഒരു
ലോകത്തിലാണ് നമ്മൾ വസിക്കുന്നത്.

While physics and mathematics
may tell us how the universe began,
they are not much use in predicting
human behavior because there are
far too many equations to solve.

ഗണിതവും ഊർജ്ജതന്ത്രവും നമ്മോട്
ഈ പ്രപഞ്ചത്തിന്റെ ഉത്പത്തിയെങ്ങനെ
യുണ്ടായി എന്ന് പറയുമെങ്കിലും,
മനുഷ്യസ്വഭാവം പ്രവചിക്കുന്നതിൽ
അവ ഉപകാരപ്രദമാകില്ല.
അതിന് അനേകം സമവാക്യങ്ങൾക്ക്
ഉത്തരം കണ്ടെത്തേണ്ടതുണ്ട്.

Why are we here?
Where do we come from?
Traditionally, these are questions
for philosophy, but philosophy is dead.

നമ്മൾ ഇവിടെ എന്തുകൊണ്ട്?
എവിടെ നിന്ന് വന്നു?
പാരമ്പര്യമായി ഇതിനെല്ലാം തത്ത്വശാസ്ത്രം
ഉത്തരം പറയേണ്ടതാണ്, എന്നാൽ
തത്ത്വശാസ്ത്രം മരണപ്പെട്ടിരിക്കുന്നു.

Work gives you meaning
and purpose and life is empty without it.

ജോലി നിങ്ങൾക്കൊരു
അർത്ഥവും ലക്ഷ്യവും തരുന്നു,
അതില്ലാത്ത ജീവിതം ശൂന്യമാണ്.

Women.
They are a complete mystery.

സ്ത്രീകൾ,
അവർ പൂർണ്ണമായും ദുർഗ്രാഹ്യരാണ്.

With genetic engineering, we will be able to increase the complexity of our DNA, and improve the human race. But it will be a slow process, because one will have to wait about 18 years to see the effect of changes to the genetic code.

ജനിതക എഞ്ചിനീയറിങ്ങ് ഉപയോഗിച്ച് നമുക്ക് നമ്മുടെ ഡി.എൻ.എയുടെ സങ്കീർണ്ണത വർദ്ധിപ്പിക്കാനും അതുവഴി മനുഷ്യകുലത്തെ അഭിവൃദ്ധിപ്പെടുത്താനുമാകും.
എന്നാൽ അത് വളരെ സാവധാനം നടക്കുന്ന ഒരു പ്രക്രിയയാണ്. ജനിതകകോഡിൽ വരുന്ന മാറ്റങ്ങളുടെ ഫലമെന്തെന്നറിയാൻ നമ്മൾ 18 വർഷം കാത്തിരിക്കണം.

You can't regulate
every lab in the world.

ലോകത്തിലെ
എല്ലാ പരീക്ഷണശാലകളും
നിങ്ങൾക്ക് നിയന്ത്രിക്കുവാനും
വ്യവസ്ഥപ്പെടുത്തുവാനുമാകില്ല.

www.ingramcontent.com/pod-product-compliance
Lightning Source LLC
LaVergne TN
LVHW041849070526
838199LV00045BB/1518
9789387331761